NGUYỄN VĨNH THƯỢNG

ĐỊNH MẠNG TRONG BÀN TAY

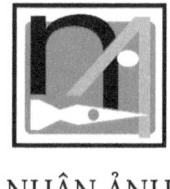

NHÂN ẢNH

2022

Kính dâng hương linh:
Thân phụ Nguyễn Vinh Phát
Thân mẫu Nguyễn thị Quỳnh

Mục lục

Lời nói đầu

Khoa xem chỉ tay (Palmistry) là một khoa học kinh nghiệm, căn cứ trên các chỉ tay ở trên bàn tay mà tìm hiểu về đời người. Khoa này đã có từ lâu ở Đông cũng như ở Tây phương. Đến thời Trung cổ thì khoa này đã được phát triển mạnh, và đã chiếm địa vị ưu thế vào thế kỷ thứ 19.

Mỗi bàn tay đều có chỉ tay không giống nhau. Chúng ta có thể khám phá những gì đã xảy trong quá khứ trên lòng bàn tay của chúng ta mặc dầu ký ức đã phai mờ; và chúng ta có thể tiên đoán được những biến cố sẽ xảy ra trong tương lai nhờ quan sát các đường chỉ tay trên bàn tay.

Năm 1900, William G. Benham (Hoa Kỳ, 1853 - 1931), đã xuất bản quyển **"The Laws of Scientific Hand Reading"**, sách dày 661 trang gồm có rất nhiều hình bàn tay, ông đã phân tích và giảng giải cách xem bất cứ chỉ tay nào trong lòng bàn tay một cách khoa học. Quyển sách này đã được tái bản nhiều lần. Từ đó, nhiều nhà nghiên cứu chỉ tay đã nối gót ông. Nhiều nhà Tâm lý học (Psychologist) đã khám phá ra cá tính của thân chủ nhờ xem chỉ tay của họ. Nhà Tâm phân học (Psychiatrist) đầu tiên đã xuất bản quyển sách nghiên cứu về khoa xem chỉ tay trên quan điểm "Tâm phân học" vào năm 1848 là Dr. Carl Gustav Jung (Thụy sĩ, 1875 – 1961). Ông đã phân tích ý thức của một người căn cứ vào chỉ tay, và khám phá phần vô thức (unconscious) dựa vào chỉ tay của người đó.

Xem chỉ tay cũng giúp chúng ta được kết thân với nhiều bạn cũ và mới.

Người xem chỉ tay có thể quảng diễn ý nghĩa các chỉ tay trong lòng bàn tay của thân chủ dựa vào trình độ học hỏi và kinh nghiệm của mình về khoa xem chỉ tay. Các định luật coi chỉ tay thì rất giản dị và dễ dàng để học hỏi.

Điều cần lưu ý, nếu bạn xem chỉ tay cho người khác thì nhớ rằng chỉ tay không có sự chắc chắn 100 % những điều sẽ xảy ra. Nên bạn hãy nhớ các điều sau đây:

- Đừng tiên đoán những điều có thể làm phật lòng thân chủ.

- Đừng tiên đoán những gì có thể xảy ra rất xấu cho thân chủ.

- Đừng tiên đoán khi bạn nghĩ rằng thân chủ sắp chết.

Không bao giờ nói đến cái chết của thân chủ. Tôi đã từng xem chỉ tay của một cụ ông trên 80 tuổi có đường Sanh đạo rất ngắn, ngược lại cũng có nhiều thanh niên có đường Sanh đạo rất dài nhưng bị chết non vì tai nạn.

Nói khác, chỉ tay không chắc chắn việc gì sẽ xảy ra một cách 100 %.

Chúng ta hãy nghĩ rằng chúng ta cảm thấy vui vẻ khi người khác nói điều tử tế về chúng ta thì bạn cũng làm điều này như vậy.

Sách **"Xem chỉ tay"** (Palm reading) giúp giải trí, đọc cho vui và thư giản. **Định mạng trong bàn tay** (Your destiny in your hands) của chúng ta có nghĩa là chúng ta nắm trong tay định mạng của mình. Vì vậy hãy luôn luôn cố gắng phấn đấu (struggle for life) để có thể cải thiện định mạng mình. Nếu chỉ tay của bạn tốt thì không có nghĩa là bạn chẳng phải làm gì cũng có ăn, và ngược lại nếu chỉ tay của bạn xấu thì không có nghĩa là bạn buông xuôi tất cả và phó mặc cho số mạng.

Cuốn Định Mạng trong bàn tay được viết ra với mục đích cung cấp những hiểu biết căn bản về Khoa coi chỉ tay cho độc giả bình thường (general reader). Sau khi độc giả đã đọc hết quyển sách này từ đầu đến cuối thì độc giả có thể tự xem chỉ tay cho chính mình. Nhờ vậy, độc giả có thể hiểu sâu xa hơn về nhân cách, cá tính, tài năng, sức khỏe, tiền tài, sự thành công, tình yêu, tình dục và triết lý sống của chính mình.

Hy vọng quý độc giả sẽ vui thích (enjoy) khi đọc và tìm hiểu khoa xem chỉ tay trong quyển sách khảo cứu này cũng như chúng tôi đã vui thích và say mê khi nghiên cứu khoa xem chỉ tay để biên soạn quyển sách này.

Chúng tôi chân thành cám ơn người bạn đồng môn, NKP (Petrus Ký 1956 – 1963), đã không quản thời giờ và tận tình giúp đỡ chúng tôi hoàn thành quyển sách này.

Cám ơn quý độc giả đã dành nhiều thời giờ quý báu để đọc và chia sẻ quyển sách khảo cứu này.

Việc biên soạn chắc chắn không tránh khỏi những chỗ sai sót, chúng tôi ước mong được sự lượng thứ của các bậc cao minh. Những sửa sai và bổ khuyết của quý vị độc giả sẽ giúp cuốn sách khảo cứu này được đầy đủ và hoàn hảo hơn trong lần viết lại; đó quả là niềm vinh hạnh cho chúng tôi.

Toronto, ngày 15 tháng Hai năm 2022

Tác giả cẩn chí,
Nguyễn Vĩnh Thượng

Chương 1

Dẫn nhập

Tôi bắt đầu cảm thấy thích thú tìm hiểu khoa xem chỉ tay trong khi tôi đang theo học môn triết học ở Đại Học Văn Khoa Sài Gòn vào giữa thập niên 1960. Một bạn đồng môn của tôi đã giới thiệu cho tôi nhiều quyển sách để đọc và tìm hiểu nhiều điều căn bản của khoa xem chỉ tay. Tôi đã xem chỉ tay của nhiều bạn thân lúc bấy giờ. Rồi khi ra trường, bận rộn với công việc tôi không có thì giờ nghiên cứu thêm khoa xem chỉ tay. Mãi đến năm 2020, dưới thời bịnh dịch Covid-19, chính phủ ở tỉnh Ontario ra lịnh "lockdown", phong toả, mọi người phải ở trong nhà, tôi đã tiêu khiển thời giờ bằng cách đọc lại nhiều sách dạy xem chỉ tay và xem phong thuỷ về nhà cửa. Nhiều sách chú tâm nghiên cứu chỉ tay có liên hệ đến các vấn đề của cuộc sống như tình dục (sexuality), nghề nghiệp (career), những liên hệ với tình duyên và hôn nhân (marriage), và những vấn đề về tâm linh nữa. Với sự nghiên cứu tổng hợp về các đặc điểm của chỉ tay trong lòng bàn tay có liên hệ đến những lãnh vực chính mà con người quan tâm đến, tôi biên soạn quyển sách này với mục đích chính là giúp các độc giả bình thường có thể đọc dễ dàng và tiêu khiển thời gian.

Xem chỉ tay của một người khác là một vấn đề rất nghiêm túc và một trách nhiệm to lớn. Một cách giản dị, phân tích chỉ tay liên quan đến một người tức là một người để người khác nghiên cứu một phần của cơ thể người này và rồi sẽ đoán về những vấn đề nhạy cảm và thuộc cá nhân của người này. Cùng một ý nghĩa, nghiên cứu chỉ tay có thể so sánh với việc đọc nhiều bức thư riêng hay nhật ký của một người. Vì vậy, cùng một lý do, người coi chỉ tay phải chịu trách nhiệm về những điều gì họ nói và cách diễn tả ý nghĩa chỉ tay trong khi tư vấn (consultation) người được coi chỉ tay.

Chủ ý của người coi chỉ tay là điều quan trọng sơ khởi. Việc phân tích chỉ tay phải không bao giờ được sử dụng để dụ dỗ (seduce/impress) hay để gây quyền lực hay điều khiển đời sống của người khác. Nỗ lực (effort) phân tích chỉ tay phải càng khách quan càng tốt, trong khi cố gắng tiếp cận với thân chủ (client)/ người khác trong khi được coi tay. Sự thành thật (honesty) là thành phần cốt lõi của mỗi lần phân tích chỉ tay. Chúng ta phải quan sát và đề nghị trong chiều hướng thành thật, tử tế và không có phê bình. Nếu những gì chúng ta định khai triển mà không nằm trong những điều này thì tốt hết là đừng nói gì cả.

Cùng một lúc, chúng ta cũng tránh chú trọng vào những điều xấu của bàn tay. Trong khi đó, chúng ta nên giúp người đó hiểu được những tài năng và khả năng của họ, chúng ta nhớ rằng chúng ta cũng không có làm điều gì lợi ích cho người này bằng cách nói những điều tiêu cực hay những xung khắc trong cuộc đời của họ. Cũng như khi thấy những dấu hiệu báo trước những gì có thể gây đau khổ trong tương lai hoặc người thân chủ không thể vượt qua được những vấn đề đặc biệt bất lợi nào đó.

Mặc dầu mục đích sơ khởi của chúng ta là giúp đỡ những thân chủ đến gặp chúng ta để tham vấn, nhưng phải nhớ rằng là một người xem chỉ tay (hand reader), chúng ta không phải là nhà thực hành trị liệu tâm lý. Bởi vì việc trị liệu tâm lý phải đặc biệt dành cho nhà Tâm lý trị liệu có khả năng (qualified psychotherapist). Tư vấn có liên hệ chính và có ý định làm việc trong những địa hạt đặc biệt có liên quan đến sức khỏe, nghề nghiệp, giao tế; đây không phải là mục đích chính yếu của chúng ta như là người xem chỉ tay. Việc làm sơ khởi của chúng ta là giáo dục (education), liên quan một lần tư vấn gồm có những sự chia sẻ giản dị các thông tin được chỉ rõ qua các chỉ tay. Người được coi tay muốn được nói về họ với mục đích mở rộng sự khám phá về các kiến thức bản thân của họ và hạnh phúc cá nhân của họ (self knowledge and personal well-being).

Người xem chỉ tay chú ý đến người thân chủ (client) với điều đáng ghi nhớ rằng người thân chủ chịu trách nhiệm về cuộc đời của họ. Dầu sao đi nữa, khi khám phá và bàn luận về những vấn đề chính của cuộc đời, chúng ta phải cố gắng hướng dẫn thân chủ đến "bước kế tiếp" (next step) bất cứ lúc nào có thể.

Người xem chỉ tay có thể gợi lên những hành động và những câu hỏi để thân chủ sẽ có nhiều vai trò chủ động trong khi được xem chỉ tay hơn là người nghe một cách thụ động.

Người xem chỉ tay cũng phải hướng dẫn thân chủ tìm kiếm giải pháp cho những rắc rối hay vấn đề gút mắc bởi chính họ.

Tôn trọng sự riêng tư của thân chủ là điều thiết yếu của người xem chỉ tay. Cho nên, chúng tôi thích xem chỉ tay của thân chủ nơi yên tĩnh và không có bóng dáng của người thứ ba nghe vào sự tham vấn này. Chúng tôi cũng không bàn thảo việc xem chỉ tay của thân chủ với người thứ ba. Vào lúc chúng ta xem chỉ tay cho một người, đó là công việc của chúng ta (it is our business), nên khi cuộc tư vấn chấm dứt, những thông tin đã bàn luận không còn là chuyện của chúng ta nữa.

Kỹ thuật xem chỉ tay

Thật ra thì không có một phương pháp hay kỹ thuật cứng nhắc cho việc coi chỉ tay. Tuy nhiên chúng ta có thể đưa ra các phương pháp chính:

1. Chuẩn bị (Preparation)

Trước khi nhìn bàn tay của một người, tốt hơn hết chúng ta hãy hỏi xem người ấy đã có ai xem chỉ tay cho họ trước đây. Hãy cho thân chủ biết rằng các sự kiện xảy ra theo chỉ tay không có gì xác định và chắc chắn, và chỉ tay có thể thay đổi sau nhiều tuần, nhiều tháng hoặc nhiều năm. Thí dụ: như trong "Lời nói đầu", tôi đã xem chỉ tay của nhiều cụ già trên 80 tuổi có đường Sanh đạo ngắn, và ngược lại có nhiều người trẻ tuổi có đường Sanh đạo dài nhưng lại chết vì tai nạn.

Hỏi tuổi của thân chủ và xem coi họ thuận (sử dụng chính) tay mặt hay tay trái. Chúng ta giải thích bàn tay thụ động (passive hand)/ ít sử dụng cho biết sự chứa đựng những điều khả năng tiềm ẩn (potential) có thể xảy ra; còn bàn tay năng động (active hand)/ thường sử dụng cho biết những gì đang xảy ra.

2. Nhìn các bàn tay

Ngồi đối diện với thân chủ, chúng ta cầm hai bàn tay của thân chủ bằng 2 bàn tay của ta.

Hãy quan sát cẩn thận hai bàn tay của thân chủ, chú ý vào kích thước, hình dáng, cấu tạo da bàn tay, đối chiếu với các bàn tay căn bản. Đừng ngại ngùng khi rờ, uốn và nắn bàn tay một cách nhẹ nhàng trong khi bạn quan sát bàn tay của thân chủ.

Quan sát các ngón tay cẩn thận, ghi chú đặc biệt về kích

thước, hình dáng bàn tay.

Lật bàn tay qua để quan sát mu bàn tay và quan sát móng tay, nói thân chủ mở rộng bàn tay. Xét kỹ các khớp ngón tay (knuckles) cũng như những liên hệ về vị trí của các ngón tay với nhau, và ngón tay với toàn thể bàn tay.

Lật bàn tay qua để quan sát lòng bàn tay, quan sát các gò trong lòng bàn tay. Ghi chú các vết trên gò bàn tay như hình tứ giác (squares), hình chữ thập +, hay chữ X (crosses), và lưới (grilles), ngôi sao (star) v.v.

Quan sát các chỉ tay, chú ý vào những cái mạnh, chiều dài và sự rõ ràng. Đường chỉ nào bắt đầu từ đâu và chấm dứt ở đâu. Coi có chỗ đứt đoạn (breaks), đốt (dots), cù lao (islands), hình tứ giác, hình mắc xích (chains), có các nhánh hay màu sắc thay đổi của đường chỉ, coi các đường chỉ thay đổi ở mỗi bàn tay.

Sau khi quan sát hai bàn tay của thân chủ trong vài phút thì chúng ta đã có những hiểu biết căn bản về thân chủ. Rồi hãy lấy bàn tay năng động (active hand) và bắt đầu xem chỉ tay, kế đó nhìn qua bàn tay thụ động (passive hand) để xác nhận các dấu hiệu liên hệ. Chúng ta có thể bàn qua về các vấn đề sức khỏe, cá tính và nghề nghiệp căn cứ vào kinh nghiệm và phán đoán của chúng ta.

Tiếp tục việc xem chỉ tay, bàn qua về các lãnh vực đáng chú ý về sức khỏe, tiểu sử, trí thông minh, cá tánh, nghề nghiệp, du lịch, các mối liên hệ giao tế với người khác và các lãnh vực khác như sáng tạo (creativity), tâm linh (spirituality) tức là các lời giải thích có thể đến từ vô thức của chúng ta. Hãy thường xuyên nhìn vào mắt của thân chủ. Bạn có thể được những câu trả lời trong khi coi chỉ tay cho thân chủ, và hãy hỏi thân chủ vài câu hỏi khi chấm dứt xem chỉ tay.

Trong suốt quá trình xem chỉ tay, hãy cố gắng giữ các vấn đề sau đây trong tâm trí của chúng ta:

- Những điều gì mà thân chủ thực sự muốn biết.

- Những điều gì mà thân chủ thật sự đã sẵn sàng nghe.

- Những điều gì mà chúng ta nói ra đã thích hợp với thân chủ trong lúc này.

- Những gì là điều tiếp cận tốt nhất để giúp thân chủ phát triển các sáng kiến, bổn phận và những đóng góp trong đời sống.

- Việc xem chỉ tay này có động chạm đến những vấn đề nhạy cảm, có thể ảnh hưởng đến việc xem chỉ tay và sự khách quan của chúng ta.

- Khi xem chỉ tay, chúng ta có diễn tả minh bạch hay không.

- Khi kết thúc cuộc xem chỉ tay, thân chủ thường hay hỏi:

1. Khi nào tôi kết hôn (hoặc khi nào ly thân, khi nào ly dị).

2. Tôi có bao nhiêu đứa con.

3. Khi nào tôi chết.

Chúng ta phải cho thân chủ biết rằng bất kỳ dự đoán nào cũng dựa vào sự phỏng đoán thuần tuý có tính xác xuất (probabilities), có thể xảy ra, và có thể thay đổi. Như đã nói trước đây, chúng ta đừng bao giờ tiên đoán ngày, giờ của sự chết.

Chương 2

Toàn thể bàn tay

Bạn không cần thiết phải khảo sát các đường chỉ trong bàn tay để tìm hiểu về bàn tay. Bạn có thể đoán về một người bằng cách rất đơn giản là nhìn hình thể, màu sắc và cách cấu tạo da của bàn tay.

1. **Bàn tay chính** (Major hand) và **Bàn tay phụ** (Minor hand)
Chúng ta đều có 2 bàn tay, trong khoa xem chỉ tay thường phân chia bàn tay chính và bàn tay phụ. Bàn tay chính là bàn tay mà bạn thường sử dụng một cách tự nhiên. Nếu bạn thường dùng bàn tay mặt thì bàn tay chính là bàn tay mặt. Dĩ nhiên, bàn tay chính là bàn tay trái nếu bạn thường dùng bàn tay trái.
Theo khoa xem chỉ tay, bàn tay chính là bàn tay ghi lại những gì mà bạn đã trải qua trong cuộc đời của bạn, còn bàn tay phụ thì cho biết sự khéo léo, tài năng và năng khiếu bẩm sinh từ khi bạn ra đời. Tuy nhiên sự phân chia này không có tính chắc chắn. Chúng ta cần phải xem chỉ tay ở cả hai bàn tay chính và bàn tay phụ để có thể đoán chính xác hơn.
Trong cuộc đời chúng ta, chỉ tay có thể thay đổi theo thời gian. Ngay cả chỉ tay của bàn tay phụ cũng có thể thay đổi, như vậy chúng ta không thể cho rằng chúng ta sanh ra đời với những đường chỉ tay này.

2. **Cách kết cấu của da bàn tay** (Skin texture)
Để biết cách kết cấu của da bàn tay, chúng ta nhìn phía sau của bàn tay, hay mu của bàn tay. Cách kết cấu da của bàn tay

có thể thay đổi từ da mềm mịn đến da thô kệch.

Cách kết cấu da sẽ cho biết về cá tánh của người này. Người có kết cấu da như lụa, trông như bàn tay trẻ em thì người này rất nhạy cảm, dễ dàng bị quấy nhiễu bởi bất cứ điều gì nó ảnh hưởng đến tình cảm tế nhị người ấy. Ngược lại, người có da tay thô kệch thì người này có tánh tình cứng rắn, người này sẽ phán đoán mọi việc một cách thẳng thắn.

Cách kết cấu da bàn tay giúp chúng ta đoán về cách sống của người này. Thí dụ: người có bàn tay thô kệch thì sẽ không làm việc về nghệ thuật, người này có thể làm những công việc về chân tay, kỹ sư ở hãng xưởng hay ở công trường.

3. _Tính rõ ràng của bàn tay_ (The consistency of the hands)
Chúng ta có thể đoán được mấy điều khi bắt tay một người nào đó. Một người bắt tay và nắm chặt bàn tay chúng ta thì có thể đoán rằng người này bày tỏ sự thân thiện hơn là người chỉ bắt tay một cách nhẹ nhàng thoáng qua. Trong thời gian dịch bệnh Covid-19, người ta không còn bắt tay nhau nữa vì sợ sự lây lan của dịch bệnh, người ta chỉ chạm hai cùi chỏ vào nhau mà thôi.

Sau khi bạn đã xác định cách kết cấu da từ phía sau của bàn tay, tức là mu bàn tay, thì bạn có thể lật ngược bàn tay người ấy để xem chỉ tay của người này.

Tính chất của bàn tay có thể thay đổi từ cứng rắn đến mềm mại. Những người có bàn tay mềm mại thường là người thích chỗ nhàn hạ như làm việc ở văn phòng hơn là làm việc nặng nhọc ở hãng xưởng hay ở công trường. Những người có bàn tay cứng rắn thường có tính thực tế, thích làm việc cực nhọc. Họ thích đương đầu với những thử thách và luôn kiếm chuyện làm để được thỏa mãn ý nguyện của mình.

4. _Tính uyển chuyển của bàn tay_ (the flexibility of the hand)
Đặc tính mềm mại, uyển chuyển, hay linh động của tâm trí một người cũng có liên hệ với tính linh động của bàn tay người ấy. Những người có hai bàn tay uyển chuyển (flexible

hands) thì thích ứng và có thể đáp ứng một cách nhanh chóng để thích ứng với sự thay đổi của hoàn cảnh. Những người có bàn tay cứng rắn thì không có tính uyển chuyển, họ thường bám chắc vào một hoàn cảnh cũ.

Để xác định tính uyển chuyển của bàn tay một người, bạn có thể để những ngón tay của bạn vào mu bàn tay (the back of his/her hand) trong khi nhấn ngón cái của bạn vào các đầu ngón tay của người ấy. Có một số người có những bàn tay mà khi bạn đụng đến sẽ cảm thấy như một khối gỗ, trong khi có những người khác có các bàn tay uốn ra sau và gần như tạo nên một góc vuông.

Hầu hết, bàn tay của mọi người đều có đặc tính ở giữa hai cực đoan vừa nêu.

5. *Màu sắc của bàn tay* (the colour of the hands)

Màu sắc của bàn tay một người cho biết về sức khỏe và tính khí của người ấy. Một cách tự nhiên, màu sắc của bàn tay chúng ta thay đổi tuỳ theo tính khí của chúng ta. Thí dụ: một người đang cảm thấy lạnh nếu hai bàn tay có màu xanh, bởi vì người đó vừa bước vào nhà sau khi ở ngoài trời lạnh hay trời đang đổ tuyết. Tuy nhiên nếu nhiệt độ của căn phòng ở nhiệt độ bình thường nhưng bàn tay của người ấy có màu hơi xanh hoặc những người có bàn tay màu trắng thì họ có thể thiếu máu, đây là kết quả của việc thiếu năng lực và sức sống. Những người có bàn tay màu trắng thì ích kỷ và không có động lòng thương người. Họ trở nên quạu quọ và dễ dàng bị chạm tự ái. Họ là những người lạnh lùng, tự kỷ.

Những bàn tay có màu vàng thuộc những người có cái nhìn khinh thị thế giới bên ngoài. Các bàn tay hơi xanh cho biết người này thiếu máu.

Những bàn tay hơi hồng được coi là bình thường. Đây là dấu hiệu tốt và cho thấy người này thường có tình thương, cảm thương người hoạn nạn, thường hay giúp đỡ người khác.

Các bàn tay màu đỏ cho thấy người này đang dồi dào sinh lực. Điều quan trọng là sinh lực này sẽ được sử dụng một cách khôn ngoan. Những người có các bàn tay màu đỏ thường dễ mất bình tĩnh. Nhiều khi có thể thấy màu đỏ chỉ ở một phần nào của bàn tay. Khi màu đỏ xuất hiện thì sinh lực của phần chỉ tay trên lòng bàn tay sẽ gia tăng.

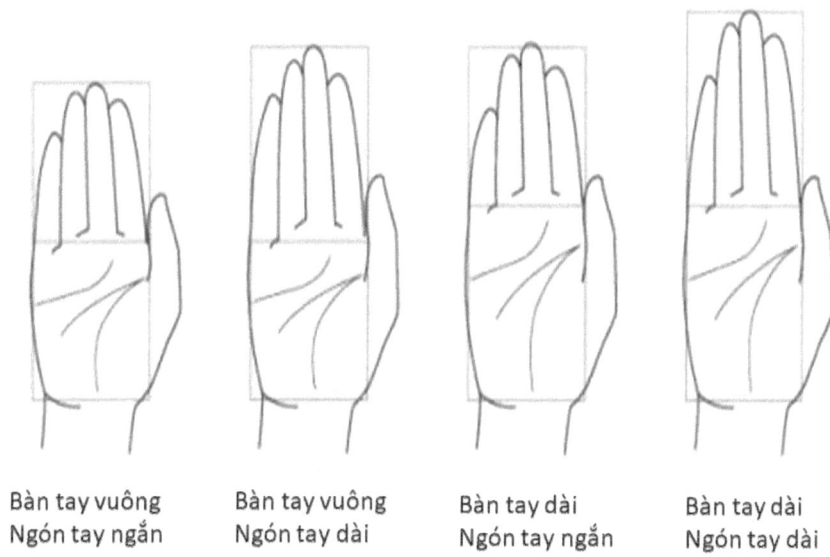

Bàn tay vuông
Ngón tay ngắn

Bàn tay vuông
Ngón tay dài

Bàn tay dài
Ngón tay ngắn

Bàn tay dài
Ngón tay dài

6. *Hình dáng của bàn tay* (The shape of the hand)
Có hai cách chính để phân loại hình dáng của bàn tay:

1. *Bàn tay hình vuông* (square palm)
Người có bàn tay hình vuông thì có tính thực tiễn. Họ thích đối đầu với những thử thách, làm việc siêng năng và lâu dài để đạt được mục đích của họ. Họ có sức chịu đựng dẻo dai và có nhiều nghị lực.

2. *Bàn tay hình thon dài* (long palm)
Người có bàn tay hình thon dài thường là nghệ sĩ. Người có các bàn tay thon dài thường ít thực dụng hơn người có bàn tay hình vuông. Người có bàn tay hình thon thường hay mơ mộng và ít khi thực hành điều mình mơ mộng. Họ có tinh thần sáng tạo.

Ngoài ra, các nhà nghiên cứu xem chỉ tay còn tìm hiểu về hình dáng của ngón tay họ phân chia 2 loại: ngón tay ngắn và ngón tay dài. Thường thì xác định ngón ngắn hay ngón dài bằng cách đối chiếu với lòng bàn tay:

a. Những ngón tay ngắn (short fingers)

Người có những ngón tay ngắn thường ít kiên nhẫn. Họ thích làm việc gì thì làm thật nhanh để chấm dứt hay ngưng làm càng nhanh càng sớm. Họ thích sự bận rộn, đương đầu với nhiều nhiệm vụ cùng một lúc. Họ thường đương đầu với thách thức của công việc hơn là lúc kết thúc công việc. Họ thích thưởng thức những gì tổng quát, tổng quan của sự việc nhưng không thích thưởng thức chi tiết nhỏ.

b. Những ngón tay dài (long fingers)

Người có ngón tay dài thì thích thưởng thức công việc một cách chi ly, chi tiết. Họ có tính kiên nhẫn, họ thích dùng thời giờ cần thiết để hoàn thành công việc một cách tốt đẹp. Họ thích thưởng thức sự kết thúc của những công việc gì họ đã bắt đầu. Họ có ý thức trách nhiệm và thích đi sâu tận gốc rễ của sự việc để hiểu rõ coi điều gì khiến chúng có thể thực hiện được.

c. Ngón tay trung bình (medium fingers)

Rất nhiều người có ngón tay không dài và không ngắn. Họ có ngón tay trung bình ở giữa những ngón tay dài và những ngón tay ngắn. Do đó, người này có thể bộc lộ tính kiên nhẫn vào lúc này, và không có kiên nhẫn vào lúc khác. Họ có ý thức và trách nhiệm hầu hết vào mọi lúc, tuy nhiên họ có thể làm việc không kỹ càng nếu công việc này không hấp dẫn họ cho lắm.

Việc nhận biết ngón tay dài hay ngắn rất có ích lợi trong đời sống hằng ngày. Người có ngón tay dài thường đắn đo, làm việc chậm rãi hơn người có ngón tay ngắn.

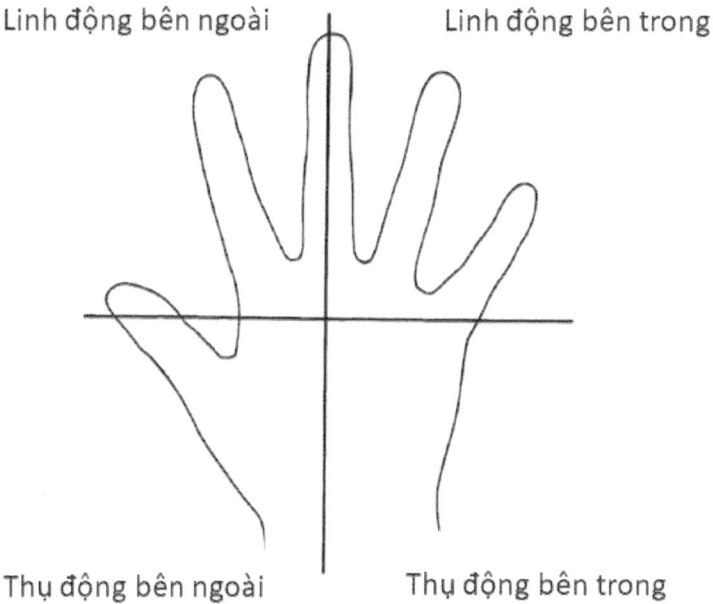

Linh động bên ngoài | Linh động bên trong

Thụ động bên ngoài | Thụ động bên trong

7. Bốn phần tư trong lòng bàn tay (the four quadrants)
Bàn tay có thể chia ra làm 4 phần: đường chân trời (horizontal line) bắt đầu từ ngón tay cái (thumb) và thẳng góc với đường thẳng đứng chạy dài từ giữa ngón tay giữa (second finger). Hai đường thẳng góc với nhau này chia bàn tay ra làm 4 phần tư (four quadrants):

1. *Góc phần tư linh động bên ngoài* (Active - Outer quadrant) bao gồm phần trên của ngón tay cái, ngón trỏ và ½ ngón giữa. Phần này liên hệ với mục đích và sáng kiến của một người. Nếu phần này nổi bật (prominent) người này sẽ có nhiều tư tưởng, suy tư và làm việc cực nhọc để thành tựu mục đích của mình.

2. *Góc phần tư thụ động bên ngoài* (Passive - Outer quadrant) bao gồm phần dưới ngón tay cái và gò kim tinh (mount of Venus). Phần này liên hệ đến sức chịu đựng bền bỉ, và khả năng sinh lý. Nếu phần này phát triển tốt thì người này có nhiều sinh lực, chịu đựng bền bỉ và có nhiều đòi hỏi về dục

23

tính.

3. *Góc phần tư linh động bên trong* (Active – Inner quadrant) bao gồm ½ ngón giữa, ngón áp út (ngón đeo nhẫn) và ngón út. Khi phần này có biểu lộ tốt, thì người này rất thích học vấn, thích nghệ thuật.

4. *Góc phần tư thụ động bên trong* (Passive - Inner quadrant) bao gồm gò Thái âm (mount of Luna), phần này đối diện với ngón tay cái. Phần này liên hệ đến tiềm thức và vô thức. Khi phần này phát triển tốt thì người này có trí tưởng tượng, có trực giác (intuitive), nhạy cảm (sensitive), cảm thông,

8. **Lông ở mu bàn tay** (hairs at the back of the hand)
Đàn ông thường có nhiều lông rậm ở mu bàn tay, càng có nhiều lông chứng tỏ người này có nhiều đòi hỏi về sinh lý. Phụ nữ có thể có lông măng lưa thưa, làm quyến rủ người khác phái. Người này có chút tình cảm lãng mạn.

9. **Kích thước của bàn tay** (the size of the hand)
Những người có bàn tay lớn (large hands) thường có tính hơi phức tạp, thích chi tiết của mọi điều, mọi vật.
Những người có bàn tay nhỏ (small hands) thích hoàn thành các việc lớn.

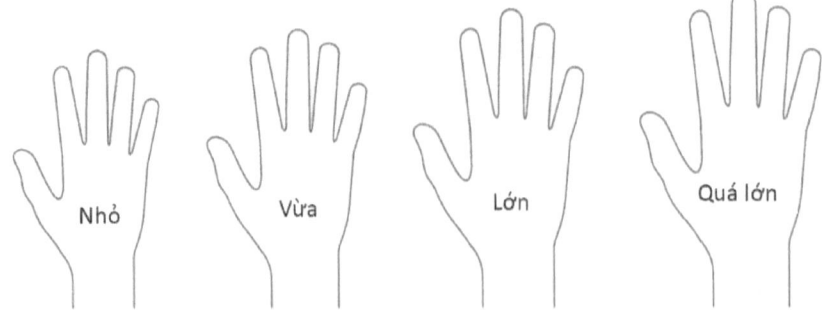

Nhỏ   Vừa   Lớn   Quá lớn

Kết Luận
Khoa xem chỉ tay (palmistry) không chỉ tìm hiểu các đường chỉ trong lòng bàn tay mà còn phải quan sát kích thước và hình dáng của bàn tay nữa.

Chương 3

Ba đường chỉ chính trong lòng bàn tay

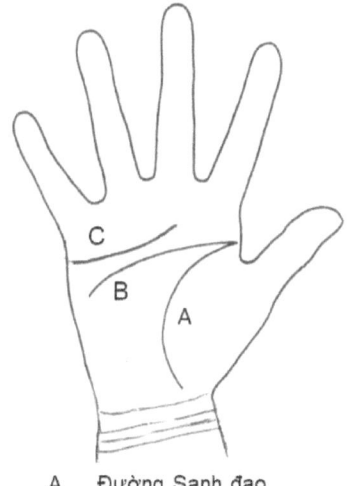

A   Đường Sanh đạo
B   Đường Trí đạo
C   Đường Tâm đạo

Trong lòng bàn tay các đường chỉ chính (the Major lines) gồm có:

1. Đường Sanh đạo (Life line) chỉ về sanh mệnh, sức khỏe, bệnh tật, tai nạn, thọ yểu.

2. Đường Trí đạo (Head line) chỉ về trí tuệ, sự suy tư, tư tưởng, tri thức.

3. Đường Tâm đạo (Heart line) chỉ về tình cảm, tình yêu, tâm hồn, tim mạch.

Thêm vào đó, còn có các đường chỉ khác xuất hiện trên bàn tay, thường gọi là các đường chỉ phụ (the Junior lines) như:

- Đường Định mệnh (Destiny line).
- Vòng Đào hoa (Girdle of Venus) và đường Via Lascivia.
- Đường Sức khỏe (Health line/ Hepatica).
- Đường Thái dương (Sun line).
- Đường Hôn nhân [Marriage line(s)].
- Đường Tử tức [Children line(s)].
- Đường Du lịch, Viễn du [Travel line(s)].
- Đường Trực giác (Line of Intuition).
- Chiếc nhẫn Solomon (Ring of Solomon).
- Đường Tình thương (Sympathy lines).
- Đường chuỗi nhẫn gia đình [Family ring(s)].

- Đường Dấu tích Y tế (Medical Stigmata).
- Các Vòng cườm tay (Bracelet lines, Rascette lines).

Ba đường chỉ chính trong lòng bàn tay

1. *Đường Sanh đạo* (Life line)

Đường Sanh đạo bắt đầu từ dưới ngón tay thứ nhất (ngón trỏ), và ở trên ngón cái. Đường này có hình nửa vòng tròn, chạy dài từ ngón cái xuống gần cườm tay. Đường Sanh đạo cho biết sức khỏe thể chất và tinh thần cùng tuổi thọ của người này.

Thông thường, đường Sanh đạo chạy dài, chiều dài của đường Sanh đạo có thể đoán tuổi thọ của người ấy. Tuy nhiên, các nhà xem chỉ tay đã lưu ý rằng đường Sanh đạo ngắn không có nghĩa người ấy sẽ chết sớm. Có nhiều trường hợp người già có đường Sanh đạo ngắn, có nhiều thanh niên có đường Sanh đạo dài lại chết sớm.

Đường Sanh đạo uốn éo, ngoằn ngoèo: dễ bị bịnh, hay nhức mỏi, tính tình không ngay thẳng.

Đường Sanh đạo vây quanh gò Kim tinh (mount of Venus), gò Kim tinh cho biết khả năng tình dục, nếu gò này mập và cao thì khả năng tình dục của thân chủ rất mạnh. Nếu gò này có vẻ mềm khi rờ tới thì cho biết người này rất thích những

Đường Sanh đạo tốt
chạy dài trong lòng bàn tay

Đường Sanh đạo uốn éo,
ngoằn ngoèo

Đường Sanh đạo ôm sát
ngón cái (thiếu sinh lực)

khoái cảm sinh lý và thích thỏa mãn sinh lý khi có dịp. Ngược lại nếu gò Kim tinh có hình dáng trái lại: mỏng hơn thì người này không thích thú về tình dục và thường không thích người khác phái. Người này có khuynh hướng lạnh cảm.

Vị trí khởi đầu của đường Sanh đạo rất quan trọng: hầu hết ở mọi người, đường Sanh đạo có khởi điểm ở phân nửa giữa phần dưới ngón trỏ và ngón cái; đây là vị trí cân bằng rất tốt. Nếu đường Sanh đạo khởi đầu gần ngón tay trỏ hơn thì người này có nhiều tham vọng và ước muốn hoàn thành mục đích của mình. Ngược lại nếu đường Sanh đạo bắt đầu gần ngón cái, thì người này ít tham vọng và chấp nhận cuộc đời như là những gì đang có.

Như đã nói, đường Sanh đạo sâu, rõ ràng chứng tỏ người này có sức khỏe tốt, hưởng hạnh phúc ở đời. Tuy nhiên có nhiều đường Sanh đạo pha trộn: đường Sanh đạo rõ đậm ở một khúc còn một khúc lợt nhẹ rồi lại rõ đậm lại ở khúc tiếp theo. Đoạn đường Sanh đạo mờ chỉ vào khoảng thời gian người này thiếu nghị lực hoặc là lúc bị bịnh.

Cù lao (Island) trên đường Sanh đạo chi rõ giai đoạn người này bị trầm cảm (depression), hoặc có thể bị bệnh nằm nhà thương. Sinh đạo có dấu X: dễ bịnh tật.

Chuỗi hay mắc xích (Chain) trên đường Sanh đạo chứng tỏ giai đoạn đó có nhiều vấn đề yếu kém sức khỏe thể chất hay tinh thần

- Đoạn đứt (Break) của đường Sanh đạo thường chỉ một giai đoạn mới mà người ấy thay đổi cách nhìn về cuộc đời. Nhiều khi, chỗ đứt đoạn có thể chỉ sự tan vỡ các mối quan hệ đang có hay một cơn bịnh. Thường khi, ở chỗ đứt đoạn được bao che bởi một đường chồng lên, đường chồng này là hình thức bảo vệ người ấy trong giai đoạn này.

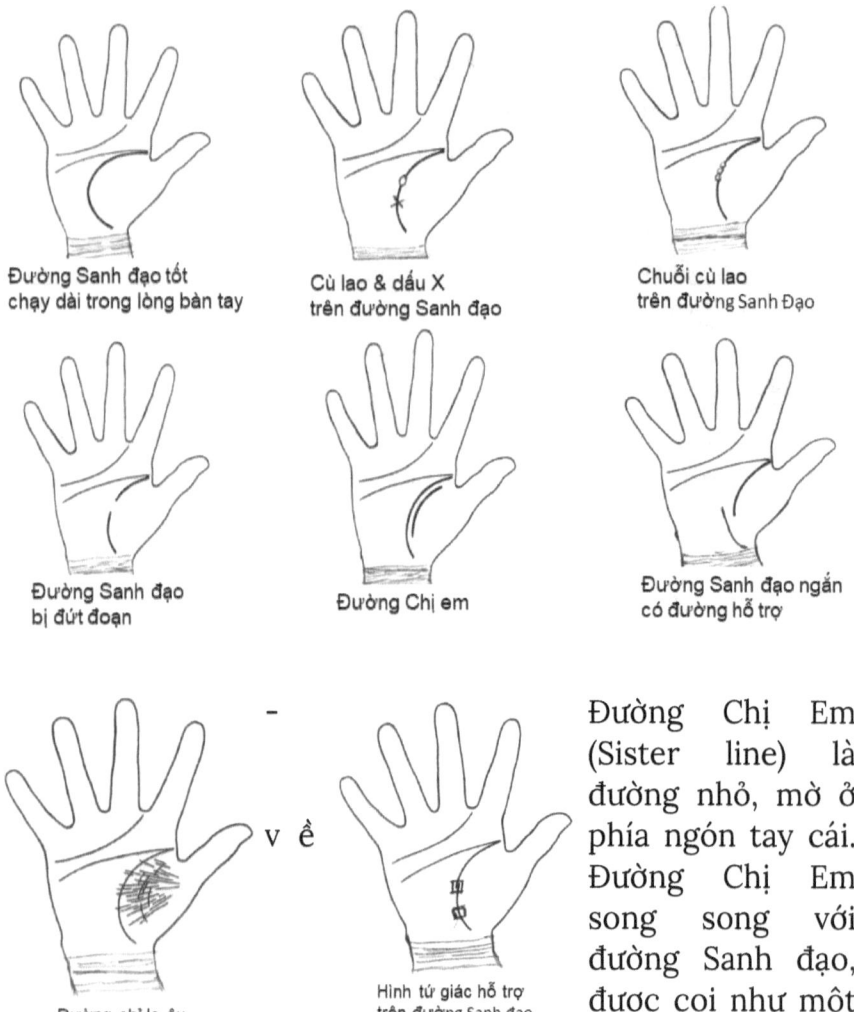

Đường Sanh đạo tốt
chạy dài trong lòng bàn tay

Cù lao & dấu X
trên đường Sanh đạo

Chuỗi cù lao
trên đường Sanh Đạo

Đường Sanh đạo
bị đứt đoạn

Đường Chị em

Đường Sanh đạo ngắn
có đường hỗ trợ

Đường chỉ lo âu

Hình tứ giác hỗ trợ
trên đường Sanh đạo

Đường Chị Em (Sister line) là đường nhỏ, mờ ở phía ngón tay cái. Đường Chị Em song song với đường Sanh đạo, được coi như một hỗ trợ đường Sanh đạo như chị em nâng đỡ nhau. Đường Chị Em coi như một đường Sanh đạo thứ hai để bảo vệ người ấy vào khoảng thời gian đường Chị Em xuất hiện. Đường Chị Em được coi như là một đường tài lộc cho thân chủ (fortunate line).

- Trường hợp đường Sanh đạo ngắn, được một đường Sanh đạo phụ, đậm và rõ, chạy dài từ cườm tay đi lên và sát gần đường Sanh đạo. Đường Sanh đạo phụ này coi như hỗ trợ người ấy vượt qua một tai nạn hiểm nghèo hay một cơn bịnh hiểm nghèo.

- Hình tứ giác (Square) trên đường Sanh đạo có thể là một dấu hiệu tốt hoặc là một dấu hiệu xấu:

- tốt: nếu nó bao hai đoạn bị cắt đứt của đường Sanh đạo, chứng tỏ sự bảo vệ và hỗ trợ trong giai đoạn này của cuộc đời khi người này bị hoạn nạn.

- xấu: còn nếu hình vuông ở trên đường Sanh đạo nhưng không phải bao bọc cho đứt đoạn thì chứng tỏ giai đoạn bị xã hội khép kín, có thể là lúc bị cầm tù. Nếu hình vuông này ở vị trí quá khứ thì người coi tay có thể nói hay có thể không nói về việc ở tù cho người có chỉ tay này. Còn nếu hình tứ giác này ở vị trí tương lai thì tốt nhất đừng nói gì cả mà chỉ nên khuyên người này hãy nguyện cầu ơn trên và làm nhiều việc thiện để thay đổi vận mệnh của mình, vì hình tứ giác này sẽ biến mất trên bàn tay trước khi người này tiến vào tuổi đó. Hãy cho người này biết chỉ tay luôn thay đổi theo phước đức mình tạo ra.

- Những đường chỉ lo âu (worry lines): Nhiều thân chủ có nhiều đường chỉ nhỏ ở dưới ngón cái và đối diện với đường Sanh đạo, đôi khi nó xuyên qua đường Sanh đạo. Có thân chủ có ít đường chỉ này, có người có rất nhiều đường chỉ này.

Đường chỉ lo âu cắt ngang đường Sanh đạo có thể ảnh hưởng đến sức khỏe, thường hay lo âu mọi chuyện.

Nếu chỗ cắt thuộc về quá khứ thì chúng ta không nên nói gì, nếu thuộc về tương lai thì nên khuyên người này hãy bình tâm thực hiện suy niệm tâm linh việc này sẽ giúp thân chủ này bớt lo nghĩ.

2. Đường Trí đạo

Đường Trí đạo biểu lộ trí tuệ của thân chủ, và cách người ấy sử dụng trí tuệ của mình.

Đường Trí đạo ở giữa phần nền ngón cái và ngón trỏ, nó chạy dài trong lòng bàn tay đến đối diện với ngón tay út. Đường Trí đạo hoặc chạy suốt một đường thẳng, hay có thể cong xuống cườm tay.

Đường Trí đạo phải rõ ràng và đậm nét. Nếu có đứt đoạn hoặc có cù lao trên đường này thì cho biết giai đoạn khi trí óc hay thần kinh của người ấy bị bấn loạn, không bình thường. Đường Trí đạo mờ chỉ rõ người ấy có khả năng trí tuệ yếu kém và ít sử dụng.

Đường Trí đạo có thể dài hay ngắn. Nếu dài thì chỉ người này suy tư nhiều. Tuy nhiên, nếu đường này chỉ nhẹ lướt qua lòng bàn tay thì người này ít thích suy tư như người có đường Trí đạo dài. Các điều này không có gì chắc chắn bởi vì người có đường Trí đạo dài cũng không bảo đảm rằng họ sẽ sử dụng khả năng trí tuệ của mình. Thực ra, tất cả chúng ta đều có khả năng không giới hạn để học hỏi, và người có đường Trí đạo ngắn cũng không chắc là không có lợi ích trong việc sử dụng trí tuệ.

Nếu đường Trí đạo chạy xuyên suốt trong lòng bàn tay một cách thẳng bon, và hướng về cườm tay thì người này có lý luận giỏi, thực tiễn và tính thực tế, không tưởng tượng viễn vong.

Nếu đường Trí đạo uốn cong hướng về cườm tay và ở trong phần ¼ thụ động ở trong (Passive-inner quadrant) thì người này có nhiều tưởng tượng và sáng tạo. Đường cong càng lớn thì người này rất

Đường Trí đạo
có cái chĩa
ý chỉ nhà văn

30

giàu tưởng tượng. Đôi khi người này có thể diễn tả những điều không đúng sự thật mà chỉ do tưởng tượng. Người có đường Trí đạo cong như thế này có thể là một nhà thơ, một nhạc sĩ, một kịch sĩ, có thể người này hay mơ mộng. Để xác định rõ ràng đặc tính này chúng ta cần đối chiếu với các hình thể khác của bàn tay để xác định một cách rõ ràng hơn, nếu tiềm năng sáng tạo được người này sử dụng.

Nếu có khoảng cách (gap) giữa nơi khởi hành của đường Trí đạo và đường Sanh đạo thì người này sẽ có tính độc lập: nếu đi làm việc thì không bái phục cấp trên; còn nếu là một phụ nữ thì muốn tự lập với người chồng, đôi khi không nể phục ông chồng vì tự cho mình có nhiều điều hơn chồng.
Khoảng cách càng rộng giữa 2 đường này thì chứng tỏ người này có tính bộc trực, rất thẳng thắn và sẽ muốn tự lập hay độc lập (independent).

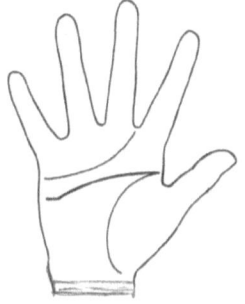

Đường Trí đạo
có khúc quanh ở cuối đường

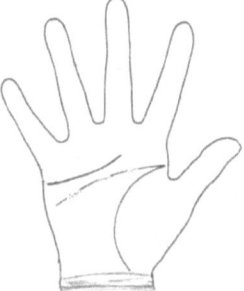

Đường Trí đạo
có đoạn ngoằn ngoèo

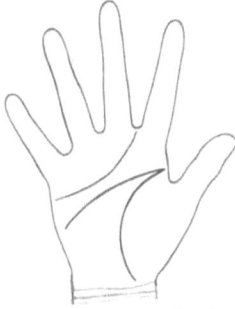

Đường Trí đạo nối kết
với đường Sanh đạo

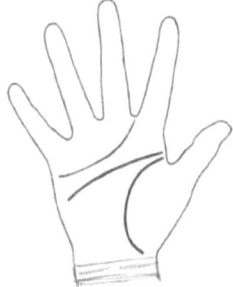

Có khoảng cách giữa Trí đạo
và Sanh đạo tại điểm khởi đầu

Các hình dáng đặc biệt của đường Trí đạo

(1). Đường Trí đạo nhấp nhô: chỉ sự hứng khởi bất thường.

(2). Đường Trí đạo nghiêng nhiều chứng tỏ thân chủ là nhà văn sáng tác (creative writer) nhiều tác phẩm.

(3). Cuối đường Trí đạo có chĩa ba (three-prolonged fork/ trident) và nghiêng xuống gò Thái âm/ gò Nguyệt

(Mount of Luna/ Mount of Moon): chỉ thân chủ thông minh, suy nghĩ nhanh và trực tiếp vào một đề tài nào.

(4). Cuối đường Trí đạo có chĩa đôi (fork): như đã nói, đây là một dấu hiệu hoàn hảo của trí tuệ.

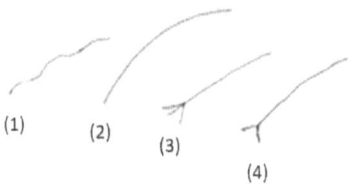

Đường Trí đạo chỉ cách thức thân chủ suy tư về một việc gì. Đường Trí đạo càng dài thì người này càng thông minh. Các nhà phát minh thường có đường Trí đạo như thế này, cộng thêm có bàn tay hình tứ giác với những ngón tay xòe ra (spatulate finger). Họ cũng có đường Thái dương xuất phát từ đường Trí đạo đi lên gò Thái dương: ý chỉ sáng kiến và suy tư có tính sáng tạo và có thể thành công về các sáng kiến này. Nhà khoa bảng, nhà khoa học và người có năng khiếu dạy học thường có đường Trí đạo dài, dài nhất là chạy tới rìa bàn tay; đường Trí đạo càng dài thì trí thông minh càng cao, trí nhớ tốt, tổ chức công việc ngăn nắp.

3. Đường Tâm đạo

Đường Tâm đạo chạy dọc trong bàn tay, ở gần các ngón tay nhất. Đường Tâm đạo khởi đầu ở bên rìa bàn tay và ở dưới ngón út chạy xuyên suốt bàn tay, điểm cuối ngừng lại ở một vùng thuộc ngón trỏ (first finger) và ngón giữa (second finger).

Đường Tâm đạo có thể hoặc cong hoặc chạy

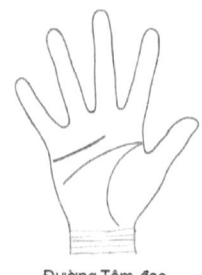

Đường Tâm đạo
tâm thần

32

thẳng đến điểm cuối. Đường này thường chấm dứt ở dưới hai ngón tay trỏ và ngón giữa, hoặc thường ở giữa 2 ngón tay này. Nếu đường Tâm đạo cong ở phần cuối thường gọi là đường Trái tim vật lý (Physical heart line). Đường này chỉ rõ người ấy dễ dàng biểu lộ tình cảm, nếu gặp điều gì sai trái thì người này có thể lướt qua được.

Đường Tâm đạo có hình thể khác thì gọi là đường Trái tim tâm thần (Mental heart line). Đường này chạy thẳng bon trong lòng bàn tay hướng về hai ngón trỏ và ngó giữa ở phần cuối. Người có đường Tâm đạo như thế này thường rất khó diễn tả tình cảm ở tận đáy lòng, và cần phải được nói thường xuyên là mọi người thương và thích họ. Người này rất nhạy cảm và dễ bị chạm tự ái. Họ thường có khuynh hướng đem tình cảm dấu kín tận đáy lòng, và sẽ âm thầm chịu đau khổ hơn là diễn bày ra.

Đường Tâm đạo vật lý (Physical heart line) thì có tánh chủ động, còn Tâm đạo tâm thần (Mental heart line) thì có tánh cách thụ động.

Đường Tâm đạo có liên hệ với trái tim của thân chủ, đường này cho biết sức khỏe tâm lý. Dĩ nhiên, những cảm xúc (emotion) tăng hoặc giảm có thể ảnh hưởng đến thể chất của một người (person's physical). Đường Tâm đạo liên hệ mật thiết với tâm hồn, vì khả năng yêu thương hoặc được yêu thương đều có sự liên kết với Bề trên, với Trời Phật.

Nơi chấm dứt của đường Tâm đạo cũng quan trọng: nếu đường Tâm đạo chấm dứt ở dưới ngón trỏ thì người này rất lý tưởng, và thường cảm thấy bị va chạm bởi những hành động của người khác.

Đường Tâm đạo vật lý

Đường Tâm đạo chấm dứt dưới ngón trỏ

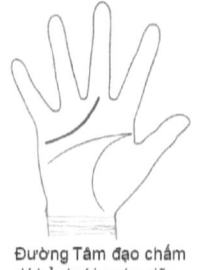
Đường Tâm đạo chấm
dứt ở dưới ngón giữa

Còn nếu đường Tâm đạo chấm dứt ở dưới ngón giữa (second finger) thì người này chỉ quan tâm đến những đòi hỏi hay nhu cầu của họ, họ không quan tâm đến nhu cầu của người khác. Người này thiếu sự yêu thương người khác.

Nếu đường Tâm đạo chấm dứt ở giữa ngón trỏ và ngón giữa thì thấy sự bình quân giữa lòng thương người và thương chính mình. người này thường quan tâm đến nhu cầu của mình và nhu cầu của người khác.

Khi đường Tâm đạo chia đôi gần chỗ cuối, ý chỉ rằng người này có phẩm chất gồm cả đặc tính của đường Tâm đạo vật lý và đường Tâm đạo tinh thần. Người này có những cảm tính phức tạp.

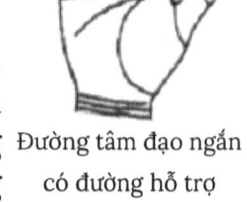
Đường tâm đạo ngắn
có đường hỗ trợ

Nếu có chĩa hai (fork) tại điểm cuối của đường Tâm đạo chỉ rằng người này có thể thông cảm hai quan niệm đối lập nhau. Đôi khi có chĩa 3, điều này các nhà xem chỉ tay không thấy ý nghĩa đặc biệt gì.

Đường Tâm đạo tốt nhất là đậm nét và mịn màng. Đường Tâm đạo phản ảnh đời sống tình cảm của chúng ta, tình cảm này có khi thường thay đổi mạnh, và có khi nhẹ.

Đường Tâm đạo có thể bị cắt đứt (break): giai đoạn khủng hoảng tâm thần, thất tình.

Hoặc có cù lao (island) hoặc một chuỗi (chains): thân chủ hay lo nghĩ.

Đường Tâm đạo bị
đứt đoạn

Cù lao trên
đường Tâm đạo

Chuỗi cù lao trên
đường Tâm đạo

Tại thời điểm đường Tâm đạo bị cắt đứt, hoặc có cù lao, hoặc có chuỗi thì vào lúc đó người này có những vấn đề khủng hoảng về tình cảm, có thể bị thất tình, có thể là có biến cố lớn nào trong gia đình làm bấn loạn tinh thần, đó là dấu hiệu của trầm cảm (depression). Nhưng khi qua khỏi giai đoạn đó thì người này sẽ hạnh phúc, có sự quan hệ tình cảm tốt đẹp hơn trước.

Đường Tâm đạo có thể có gạch chéo X ở trên đường này, hoặc đứt đoạn và có cù lao như đã nói trên thì có thể cho biết đó là lúc ly dị, bị người yêu phụ bạc hoặc người thân yêu qua đời. Trường hợp đường Tâm đạo ngắn, được một đường Tâm đạo phụ, đậm và rõ, chạy từ rìa bàn tay đến sát gần và chồng lên hoặc ở dưới (over laps) đường Tâm đạo chính thì đường Tâm đạo phụ hỗ trợ người này vượt qua cuộc khủng hoảng về tình cảm: thất tình hoặc ly dị hoặc người thân trong gia đình gặp hoạn nạn, sau đó tình cảm của thân chủ sẽ được ổn định để tiến về phía trước.

Đôi khi đường Tâm đạo có nhiều đường chỉ nhỏ túa ra hai bên, chứng tỏ người này rất dồi dào tình cảm yêu đương.

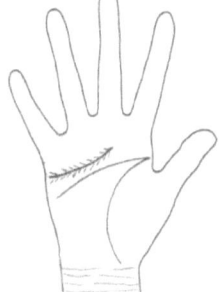

Các đường chỉ nhỏ túa hai bên đường Tâm đạo

Khi đường Tâm đạo rõ đậm nét, chứng tỏ người này rất hạnh phúc trong tình yêu, rất dồi dào lòng từ bi bác ái, họ hưởng một đời sống tình cảm yên bình và tốt tươi.
Người có đường chỉ tay ngắn chạy song song với đường Tâm đạo. Dấu hiệu này cho biết người này có được những liên hệ tình cảm nồng ấm và dài lâu đến lúc tuổi già.

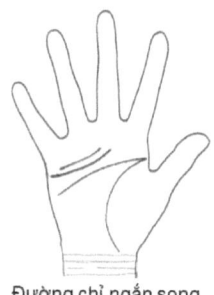

Đường chỉ ngắn song song với đường Tâm đạo

4. _Đường Tâm đạo và Trí đạo_ họp lại thành một đường chạy xuyên qua lòng bàn tay. Đường này gọi là đường Simian line.

Chúng ta thường thấy đường Simian line trên một bàn tay, ít khi xuất hiện trên 2 bàn tay.

Người Tây phương gọi đường này là "The Simian line", Simian có nghĩa là "giống con khỉ" (monkey-like) nhưng đừng nghĩ rằng người này có hành vi giống như con khỉ. Nếu bàn tay có "Vòng đào hoa" (Girdle of Venus) thì Vòng đào hoa được coi như là đường Tâm đạo và đường Simian được coi như là đường Trí đạo. Người có chỉ tay như thế này thường khi đã quyết định làm một điều gì thì rất khó thay đổi. Họ hơi cứng đầu. Bởi vì đường Tâm đạo (tình cảm, cảm xúc) và đường Trí đạo (lý luận) phối hợp với nhau, đây là dấu hiệu cho biết người này rất khó biểu lộ những cảm xúc của mình.

Đường Simian: đường Tâm đạo & Trí đạo chập lại

Nếu đường trùng hợp Tâm và Trí đạo chỉ ở trên bàn tay phụ (minor hand), thí dụ đó là bàn tay trái (minor hand), nếu người này thường sử dụng bàn tay mặt (major hand) thì người này sẽ được che chở bởi sự giáo dục của gia đình và tránh khỏi trách nhiệm riêng cho mình. Nếu đường trùng hợp Tâm đạo và Trí đạo ở trong bàn tay chính (major hand) thì người này là người làm việc chăm chỉ, rất ít nghỉ ngơi để thanh thản. Nếu đường trùng hợp Tâm và Trí đạo ở hai lòng bàn tay thì người này rất cứng đầu (stubborn) và cứng rắn (rigid) trước việc gì, ít chịu nghe ai. Người này cần sự hướng dẫn của cha mẹ từ lúc còn ấu thơ như uốn cây tre lúc còn non. Vì tính cứng rắn nên người này đôi khi không phân biệt chuyện đúng và sai theo ý kiến của người khác. Tuy nhiên, hầu hết những người có đường chỉ trùng hợp Tâm đạo và Trí đạo thường là người rất thông minh.

Như đã biết, đường Trí đạo chi phối trí tuệ và nhận thức, con đường Tâm đạo thì chi phối những phản ứng của cảm xúc mới. Đường Simian cho biết có sự kết hợp giữa tư tưởng và tình cảm.

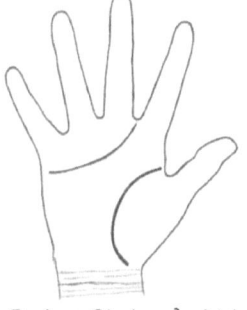

Đường Simian ở vị trí của đường Tâm đạo

Nếu "đường Simian" ở vị trí thường thấy của đường Tâm đạo thì dấu nhấn ở đây là cường độ mạnh của cảm xúc và tính chủ quan.

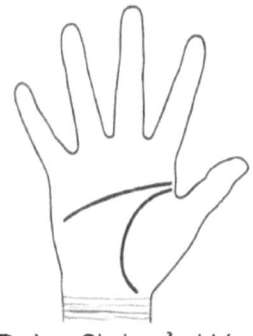

Đường Simian ở vị trí của đường Trí đạo

Nếu "đường Simian" ở vị trí thường thấy của đường Trí đạo thì dấu nhấn ở đây là quá trình suy tư được tăng cường và có thể phát huy sức mạnh của tập trung tư tưởng.

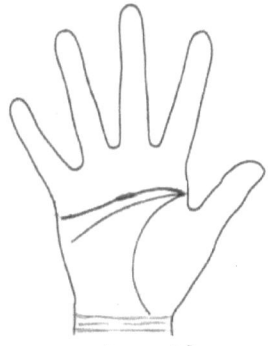

Ba đường chỉ chính đồng quy

5. Ba đường chỉ chính: **Sanh đạo, Trí đạo và Tâm đạo** đồng quy tại điểm khởi đầu.

Nếu 3 đường chỉ chính liên kết với nhau tại điểm khởi đầu, người này có thể gặp sự tổn thương trầm trọng (serious trauma) trong cuộc đời.

Chương 4

Mười ba đường chỉ phụ trong lòng bàn tay

Thường thường mọi người đều có các đường chỉ chính. Nhưng không phải ai cũng có các đường chỉ phụ, các đường chỉ phụ (the Junior lines) gồm có:

1- Đường Định mệnh (Destiny line).
2- Vòng Đào hoa (Girdle of Venus) và đường Via Lascivia.
3- Đường Sức khỏe (Health line/ Hepatica).
4- Đường Thái dương (Sun line).
5- Đường Hôn nhân [Marriage line(s)].
6- Đường Tử tức [Children line(s)].
7- Đường Du lịch, Viễn du [Travel line(s)].
8- Đường Trực giác (Line of Intuition).
9- Chiếc nhẫn Solomon (Ring of Solomon).
10- Đường Tình thương (Sympathy lines).
11- Đường chuỗi nhẫn gia đình [Family ring(s)].
12- Đường Dấu tích Y tế (Medical Stigmata).
13- Các Vòng cườm tay (Bracelet lines /Rascette lines).

1. Đường Định mạng/Định mệnh/Sự nghiệp/Công danh

Đường Định mạng (Destiny line/Fate line) nằm ở khoảng giữa lòng bàn tay, bắt đầu gần vòng cườm tay và chạy về hướng các ngón tay. Phần lớn đường Định mạng chạy gần đường Sanh đạo và hướng về ngón tay giữa (second finger). Phần nhiều, đường Định mạng bắt đầu xuất hiện ở tuổi 20 hay 30. Đường Định mạng chạy cắt đường Trí đạo lúc khoảng tuổi 35, có thân chủ có đường Định mạng khởi đầu từ đường Sanh đạo rồi chạy về hướng ngón tay. Trong trường hợp này, cho biết người này không biết phải làm việc gì trong cuộc đời của mình cho đến tuổi khoảng 30.

Theo các nhà xem chỉ tay, đường Định mạng dài, đậm nét là biểu hiện của một sự nghiệp thành công. Tuy nhiên, có người có đường Định mạng dài nhưng không có ước vọng làm việc gì cả, họ là người lười biếng không thích phấn đấu.

Có nhiều người có đường Định mạng đậm nét ở một giai đoạn rồi lợt dần hoặc biến mất rồi lại hiện rõ trở lại. Điều này chỉ rõ người ấy làm việc tích cực trong giai đoạn đường Định mạng rõ nét rồi sống bồng bền không mục đích trong giai đoạn đường Định mạng mờ.

Đường Định mạng cho biết ý nghĩa của mục đích trong đời người. Hầu hết những người có sự nghiệp tốt là những người đã có dự kiến muốn làm điều gì cho cuộc đời của họ kể từ khi họ còn rất trẻ. Những người này có sự kết hợp với một đường Sanh đạo có nét đậm, rõ ràng và tốt.

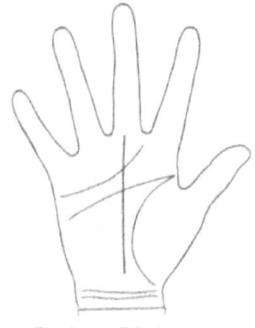
Đường Định mạng

Những lực sĩ (athletes, sportsmen) đều có đường Định mạng rất tốt. Dĩ nhiên, họ đạt nhiều thắng lợi trong các cuộc tranh tài.

Một cách tổng quát, đường Định mạng tốt cho biết người ấy làm các công việc đúng lúc, đúng thời, và quyết đoán việc làm của mình đúng. Tuy nhiên, có những người thành công trong sự nghiệp mà không có đường Định mạng, đây là một trường hợp đặc biệt. Theo kinh nghiệm, chúng tôi tin rằng mọi người có ý chí để thay đổi cuộc sống của mình, khi cuộc đời có thay đổi thì chỉ tay cũng thay đổi.

Vị trí khởi điểm của đường Định mạng
- Nếu đường Định mạng khởi hành gần đường Sanh đạo hoặc xuất phát từ đường Sanh đạo thì điều này cho biết người ấy trưởng thành trong vòng tay của gia đình, chịu ảnh hưởng sự giáo dục của gia đình.

- Nếu đường Định mạng khởi hành hơi xa đường Sanh đạo và ở khoảng nửa lòng bàn tay thì người này thường sống độc lập hơn trong cuộc đời của họ, họ có thể sống xa gia đình, có thể mồ côi cha hoặc mẹ.

-Nếu đường Định mạng xuất phát từ cổ tay: người này tự lập thân lúc còn trẻ.

- Nếu xuất phát từ gò Thái âm: người này thành công trên đường đời nhờ sống ở phương xa.

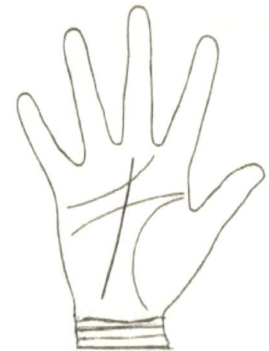

Đường Định mạng
phát khởi ở xa
đường Sanh đạo

- Nếu xuất phát từ gò Kim tinh: người này gặp may mắn trên bước đường sự nghiệp nhờ vấn đề tình cảm, nhờ người khác phái.

- Nếu phát xuất từ gò Đồng Hoả tinh: người này sẽ thành công về lãnh vực nghệ thuật, văn học.

- Nếu đường Định mạng chạy đến gò Thổ tinh (dưới ngón giữa): người này gặp nhiều gian lao, cản trở thì mới thành công. Hoặc là người này rất thích độc lập, làm công việc gì tự mình làm, tự mình quyết định, dĩ nhiên không thích ai biểu mình làm việc gì.

Vị trí chấm dứt của đường Định mạng

Hầu hết mọi người đều có đường Định mạng chấm dứt ở phía trên đường Tâm đạo. Đường Định mạng cắt đường Tâm đạo vào lúc khoảng 49 tuổi. Nếu đường Định mạng ngừng lại ở đường Tâm đạo: người này đến khoảng giữa đời người thì bắt đầu sắp xếp các hướng đi cho đời mình.

- Nếu đường Định mạng đi qua khỏi đường Tâm đạo thì người này vẫn giữ được tâm hồn trẻ trung và luôn sẽ giải quyết các sự việc mới và khác nhau trong đời mình.

- Hầu hết đường Định mạng chấm dứt ở dưới ngón giữa hoặc ở giữa ngón trỏ và ngón giữa: người này thường theo đuổi một nghề truyền thống hoặc bình dị như nghề dạy học, nghề làm ở ngân hàng hay có cửa hàng kinh doanh.

- Rất ít khi đường Định mạng chấm dứt dưới ngón trỏ: người này thường thích làm chánh trị, làm luật sư hoặc tu sĩ. Chỉ rõ người này có nhiều ước vọng và thích được vinh danh.

- Nhiều người có đường Định mạng chấm dứt ở ngón giữa thì họ rất thích công việc có tính sáng tạo như nhạc sĩ, hoạ sĩ, nhà văn, nhà trang trí.

- Có trường hợp, đường Định mạng chạy xéo trong lòng bàn tay và chấm dứt ở dưới ngón tay út: người này thích diễn đạt lời nói của mình như các ca sĩ, các người buôn bán nhà cửa, xe cộ...

Có hai đường Định mạng (double Destiny line): đôi khi có người có 2 đường Định mạng chạy song song với nhau: điều này cho biết người này có nhiều nhiệm vụ phải làm cùng một khoảng thời gian.

Những yếu tố khác trên đường Định mạng

- Đôi khi đường Định mạng bị đứt khoảng, rồi lại tiếp tục đi nữa: điều này cho biết dấu hiệu thay đổi công việc hay nghề nghiệp tại thời điểm có chỗ đứt đoạn. Sau khi việc thay đổi nghề nghiệp đã thực hiện thì hai đoạn đứt quảng có thể nối lại thành một

- Có trường hợp đường Định mạng dính vào đường Sanh mạng:

Đường Định mạng
có cù lao và tứ giác

đây là dấu hiệu cho biết người này nhận bổn phận gia đình trước những ước muốn của cá nhân, người này không muốn theo đuổi giấc mơ của mình trước những nhu cầu của người thân trong gia đình.

- Cù lao, chuỗi/mắc xích ở trên đường Định mạng cho biết tại thời điểm đó người này gặp rắc rối hay trở ngại trong sự nghiệp.

- Hình tứ giác ở trên đường Định mạng: đây là dấu hiệu tốt, người này được che chở và vượt qua những khó khăn hay trở ngại vào thời điểm đó.

- Trên một số bàn tay, đường Định mạng có những mối nối (splices) hoặc đường đứt khoảng (breaks): chứng tỏ thân chủ có sự thay đổi trong nghề nghiệp. Nếu không có chỗ đứt đoạn hay mối nối của đường Định mạng thì thân chủ có may mắn làm đúng ngành nghề mà họ đã chọn, và được thăng chức lên đến chóp bu.

- Nếu có hình chuỗi (chains) hay mắc xích, hoặc hình lưới sắt (grille) ở trên đường Định mạng thì gặp trở ngại ở thời điểm đó.

- Nếu đường Định mạng có nhánh rẻ ở phần cuối, nhánh rẻ còn gọi là đường Phân thoa: thân chủ là người có thể tâm giao, chân thành.

- Nếu có hình tứ giác (square) ở dưới ngón trỏ (index finger) thì thân chủ có năng khiếu làm nghề dạy học, nhà tư vấn (counsellor).

- Nếu có gạch ngang (cross bar) cắt ngang đường Định mạng: thì chỉ rõ công việc dự định có trở ngại.

- Hầu hết mọi người đều có trải nghiệm về một sự thay đổi hay nghỉ ngơi (break) vào một thời điểm nào đó trong cuộc đời. Khi có chỗ đứt đoạn trên đường Định mạng: thường có ý nghĩa là có sự thay đổi trong nghề nghiệp hay trong sự nghiệp công danh. Sự thay đổi có thể mở cánh cửa cho một cơ hội mới hoặc cũng có thể đem đến nỗi đau thương ở ngoài sự kiểm soát của chúng ta. Điều tốt nhất là chúng ta nên sửa soạn để học hỏi một điều gì mới và phát triển một khả năng mới cho thích hợp với sự thay đổi đó.

- Khi đường Định mạng bắt đầu từ đường Sanh đạo: ý chỉ người này tự khởi nghiệp bằng nghề tự kinh doanh (self-employed).

- Nếu có hai đường Định mạng song song với nhau thì chỉ rõ đương sự có thể theo đuổi hai nghề.

Đường Chị Em: giúp hổ trợ thân chủ trong giai đoạn có sự thay đổi hay nghỉ ngơi của thân chủ.

Các dấu đặc biệt của đường Định mạng/đường Công danh/ Sự nghiệp (Destiny line/Fate line/Career line).

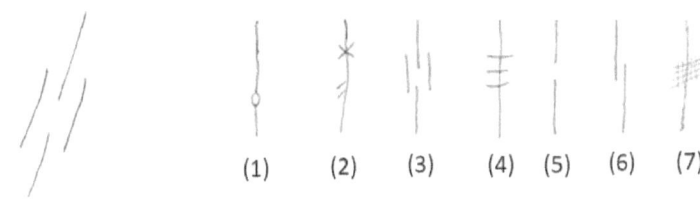

Đường Chị em   Các dấu hiệu đặc biệt của đường Định Mạng

Chú thích:

(1) Cù lao: có điều phiền phức, trở ngại trong công danh, sự nghiệp ở vào thời điểm đó.

(2) Dấu Gạch chéo X: ghi trở ngại. Dấu Gạch rơi xuống: chỉ nỗi mệt mỏi trong công danh.

(3) Đường Chị Em là hai đường ở hai bên đường Định mạng nơi đường Định mạng bị đứt khoảng: như đã nói trên, chỉ sự hổ trợ hay giúp đỡ trong giai đoạn có sự thay đổi hay nghỉ ngơi.

(4) Các đường gạch ngang (cross bars): ý chỉ công việc bị trở ngại, có sự biến đổi, thường công việc bị trì hoãn.

(5) Đường Định mạng bị cắt đứt (break): chỉ sự thay đổi trong công danh sự nghiệp, thay đổi công việc làm, có giai đoạn nghỉ ngơi, thất nghiệp.

(6) Đường Định mạng có chỗ đứt đoạn, nhưng hai đoạn này chồng lên chỗ đứt đoạn: ý chỉ sự chuyển tiếp nghề nghiệp một cách nhẹ nhàng để đi đến một giai đoạn mới của cuộc đời.

(7) Hình lưới sắt (grille) ở trên đường Định mạng: thân chủ gặp trở ngại về công danh, sự nghiệp ở thời điểm đó.

Đường Định mạng cho biết tài năng và năng khiếu

- Các **nghệ nhân** (artists) như họa sĩ (painters), thợ đồ gốm (potters), nhà điêu khắc (sculptors) thường có nhiều điểm giống nhau trong bàn tay nghệ thuật (artistic hand) của họ. Họ đều có gò Kim tinh (Mount of Venus) vung đầy; các ngón tay dài hình nón; gò Thái dương (Mount of Apollo/Mount of Sun) cũng đầy; gò Mộc tinh (Mount of Jupiter) cũng vung đầy.

Các nghệ nhân (artistic persons) thường có đường Trí đạo hơi nghiêng về gò Thái âm (Mount of Luna/Mount of Moon): ý chỉ họ dồi dào tưởng tượng.

Vòng Đào hoa (Girdle of Venus) vừa chỉ tình cảm dục tính vừa cho biết nghệ nhân có óc sáng tạo, họ sáng tác những tác phẩm với tính nhạy cảm và nhiệt tình.

Nhà điêu khắc có bàn tay rắn chắc hơn.

- Các **diễn viên** (performers), các luật sư (lawyers), các chánh khách (politicians), các tu sĩ (clerics, monks) thường có những ngón tay dài, và có đường Thái dương tốt, họ thường trình diễn trước cử tọa hay khán giả, trước công chúng, trước các quan toà ở toà án, trước các tín đồ. Nếu giữa đường Tâm đạo và đường Trí đạo có khoảng cách rộng: ý chỉ họ có tánh trào phúng trước cử toạ hay khán giả, họ thu hút cử toạ, khán giả bằng cách làm cho thính chúng thích thú, lắng nghe họ biểu diễn, diễn thuyết.

- Các **thân chủ thích hoạt động ngoài trời**: Thật ra, tất cả chúng ta đều thích các sinh hoạt ngoài trời để gần với thiên nhiên như làm vườn, đi bộ, chạy bộ, bơi lội, bơi thuyền ...

Những người sống ở đồng quê hay hoạt động ngoài trời như các nhà nông (farmers), người làm vườn (horticulturists) thường có những bàn tay và các ngón tay hình tứ giác, đôi khi có ngón cái nhỏ.

Các vận động viên (athletes) thường có sự kết hợp của đường Trí đạo và đường Tâm đạo, thường gọi đường này là Simian line, họ có bàn tay mạnh và gân guốc; đàn ông thường có nhiều lông ở mu bàn tay. Nếu họ không là vận động viên thì các đặc tính này chứng tỏ họ có sức khỏe tốt.

- **Bàn tay của nhà khoa học**: Bàn tay của nhà khoa học thường có đường Trí đạo tốt tức là nó dài và rõ ràng, không có những dấu hiệu gì. Đường Trí đạo càng dài thì trí tưởng tượng, trí sáng tạo càng nhiều. Nếu đường Thái dương (line of Sun) có xuất hiện thì nó sẽ hỗ trợ cho cá tính của nhà khoa học. Nếu lóng tay giữa của ngón giữa dài thì chỉ rõ người này thích nghiên cứu khoa học một cách sâu đậm như các bộ môn vật lý, hoá học và toán học. Nếu có thêm hai đường chỉ ngắn thẳng đứng dưới ngón út thì chỉ rõ người này rất yêu thích khoa học, và có khả năng lãnh hội các đề tài trừu tượng như khoa toán học thuần tuý, môn triết học và siêu hình học.

- **Bàn tay của thầy thuốc**: Các Y sĩ/Thầy thuốc (Healers) và các nhà trị bịnh tâm thần (Spiritual Healers) thường có đường chỉ Dấu tích Y tế (Medical Stigmata/Healing Stigmata), đây là những đường chỉ ở giữa đường Tâm đạo và ở dưới giữa ngón út và ngón áp út. Họ thường có lòng thương người, và có thái độ tử tế. Thêm vào đó thì các đường chỉ Dấu tích Y tế phải rõ nét và tốt.

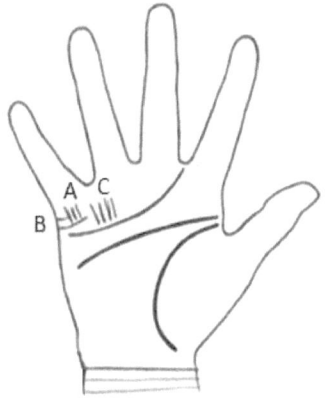

Cần phân biệt đường chỉ Dấu tích Y tế với đường chỉ Tử tức (Children lines). Đường Tử tức thì ở trên và rất gần với đường Hôn nhân (Marriage lines / Relationship lines/Affection lines).

Như đã nói trên, các thầy thuốc thường có lòng thương người nên cũng phản ảnh đường Tâm đạo tốt, dài, rõ ràng; có thể uốn cong lên gò Mộc tinh (Mount of

A   Đường Tử tức
B   Đường Hôn nhân
C   Đường Dấu tích Y tế

Jupiter).

Ngón tay trỏ (finger of Jupiter) có liên kết với niềm tin, thường là niềm tin tôn giáo.

Khoảng không gian ở giữa đường Tâm đạo và đường Trí đạo gọi là quadrangle (hình tứ giác). Hình tứ giác (quadrangle) của bàn tay rộng: ý chỉ thân chủ là người có thể thực hành nghề Y tế hoặc cứu giúp người. Nếu hình tứ giác hẹp: người này ít khi làm ngành cứu người như Y tế hay nhà từ thiện.

Ngón tay cũng biểu lộ về thái độ của một người: người có ngón tay linh động mềm dẻo cũng thích cứu giúp người khác. Nếu đường Trực giác (Intuition line) đi qua hình tứ giác và có hình cong như sừng trâu (crescent shaped) đi từ gò Thái âm/ gò Nguyệt (Mount of Moon/Mount of Luna) đến gò Thuỷ tinh (Mount of Mercury) và ở dưới ngón út: đây là một dấu hiệu rất tốt để chỉ rõ thân chủ này là một Thầy thuốc/Bác sĩ Y khoa/(Medical Doctor)/vị giúp chữa bịnh (Healer), nhờ kinh nghiệm, nhờ trực giác (intuition) hay cái nhìn thấu thị hỗ trợ cho khả năng chuẩn đoán Y tế của họ.

- **Bàn tay có những dấu hiệu linh cảm và trực giác** (Psychic and Intuitive signs): Phần lớn chúng ta đều có một chút linh tính để đoán việc gì sẽ xảy ra. Hãy nhớ lại sau những lần có biến cố đặc biệt nào trong cuộc đời thì chúng ta đã có thể tiên đoán việc gì sẽ xảy ra tiếp sau đó. Theo thống kê thì có 85 % phụ nữ và 45% đàn ông có trực giác và linh cảm (intuitive and psychic) để tiên đoán một số biến cố, những tiên đoán này đến từ vô thức (unconscious). Có người trở thành nhà ngoại cảm/nhà thấu thị (Clairvoyant) tiên đoán việc tương lai, có lẽ họ có giác quan thứ 6 nên được nhiều người đến hỏi lời tham vấn tâm linh.

Dấu chéo trực giác (cross of intuition) xuất hiện trong bàn tay của những vị có nhiều trực giác linh cảm, dấu hiệu này thường nằm ở trong hình tứ giác: đây là nơi ở giữa đường Trí đạo và Tâm đạo, dấu hiệu này chỉ khả năng thấu thị (thinking intuitively) hay linh cảm từ giác quan thứ 6, có thể tiên tri việc tương lai.

- Chiếc nhẫn Solomon (Ring of Solomon) là hình bán nguyệt (semi- circle) vòng quanh dưới đáy ngón tay trỏ: ý chỉ về tài năng thấu thị.
- Đường Trực giác (Line of Intuition) chạy dài từ gò Thái âm/ gò Nguyệt (Mount of Moon) tạo hình bán nguyệt đi lên gò Thuỷ tinh (Mount of Mercury): đây cũng là dấu hiệu chỉ thân chủ có năng khiếu về linh cảm.
- Dấu tam giác ở dưới ngón giữa cũng chỉ khả năng linh cảm.
- Dấu X ở gò Thổ tinh (Mount of Saturn), gò ở dưới ngón giữa, cũng chỉ khả năng linh cảm.
- Đường Định mạng được định tuổi vào các móc chính như sau: nơi giao điểm

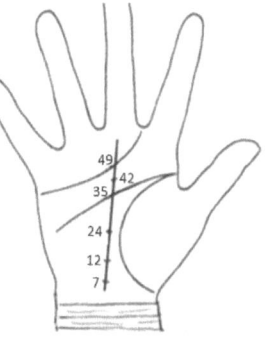

A   Chiếc nhẫn Solomon
B   Đường Trực giác
C   Dấu X Trực giác

Đường Định mạng

của đường Định mạng và đường Trí đạo là 35 tuổi, nơi giao điểm của đường Định mạng và đường Tâm đạo là 49 tuổi.

2. *Vòng Đào hoa và đường Via Lascivia*

A. Vòng Đào hoa (Girdle of Venus)
Còn gọi là vòng Kim Tinh là đường chỉ hình vòng cung nằm giữa đường Tâm đạo và các ngón tay, nó song song với đường Tâm đạo.
Người sở hữu đường Vòng Đào Hoa có vận số đào hoa, được nhiều người khác giới thương yêu, và ngược lại. Người này khéo ăn, khéo nói, nói ra rất có duyên và thanh lịch nên dễ gây sự chú ý của người khác, và được nhiều người quý mến. Người này rất lãng mạn, dễ nhận được sự quan tâm và cưng

chiều của người khác phái, có khi sanh ra một tình yêu đẹp, lãng mạn, tuy nhiên dễ rơi vào những tình cảm phức tạp, đôi khi hơi rắc rối.

Nếu một tu sĩ có Vòng Đào hoa trên bàn tay thì vị này được rất nhiều người hoặc rất nhiều đệ tử mến mộ.

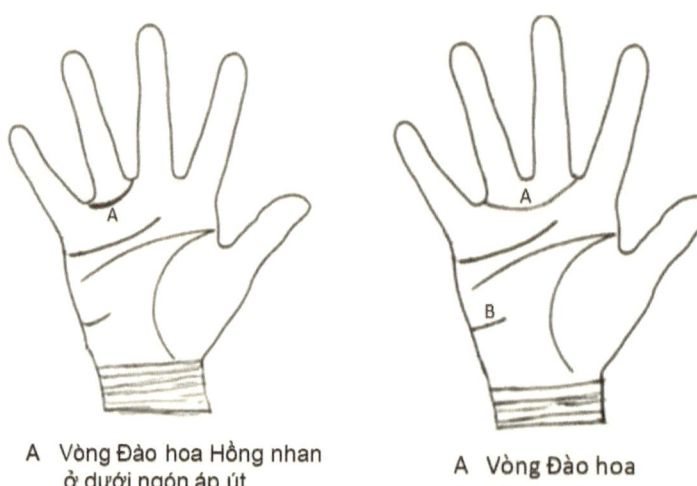

A   Vòng Đào hoa Hồng nhan
    ở dưới ngón áp út

A   Vòng Đào hoa
B   Via Lasciva

B. Đường Via Lascivia là đường chỉ nhỏ ngang chân trời (small horizontal line) hay đường nửa vòng tròn (semi-circular line) ở gò Thái âm (Mount of Luna/Mount of Moon).

Đường Vòng Đào Hoa liên hệ đến tình cảm lãng mạn (romantic affection), còn đường Via Lascivia thì liên hệ đến mặt thể xác (physical side). Thân chủ có đường Via Lascivia thường thực tế nên muốn giải quyết nhu cầu thể xác ngay.

Hai đường này có thể xuất hiện cùng một lúc trên một bàn tay, hay tách ra ở mỗi bàn tay. Hai đường chỉ này không có liên hệ gì với nhau. Nhưng cả hai đường cho thấy thái độ nồng nhiệt của thân chủ hoặc về tình cảm hoặc về thể xác.

3. Đường Sức khỏe

Đường Sức khỏe (Health line/Hepatica) còn gọi là Đường Thuỷ tinh (Line of Mercury): Đường sức khỏe chạy ngang trong lòng bàn tay gần hoặc xuyên qua đường Sanh đạo, gần cổ tay, và chấm dứt gần nơi khởi điểm của đường Tâm đạo.

Khi đường Sức khỏe xuất hiện thì người sở hữu nó có vấn đề về sức khỏe. Như vậy đường Sức khỏe cần phải rõ ràng và đậm nét để chỉ cho dấu hiệu người này có sức khỏe tốt.

Đường Sức khỏe yếu (a weak Health line) thường mờ hoặc đứt đoạn, hoặc có cù lao, hoặc có chuỗi cù lao.

Điều đáng lưu ý: nếu thân chủ không có đường chỉ này thì tốt hơn. Bởi vì, không có đường Sức khỏe thì chứng tỏ người này có sức khỏe tốt, và nếu có bịnh thì cơn bịnh sẽ bình phục mau.

4. Đường Thái Dương

Đường Thái dương (Sun line) còn gọi là đường May mắn (line of Fortune), đường này chạy song song với đường Định mạng. Đường Thái dương thường bắt đầu trên các vòng ở cườm tay, có khi bắt đầu từ đường Trí đạo, cũng có khi bắt đầu từ đường Tâm đạo, cũng có khi bắt đầu từ đường Định mạng rồi rẻ ra, và chạy hướng đến ngón tay áp út (third finger). Đường này giúp sở hữu chủ gặp nhiều vận may trong cuộc sống

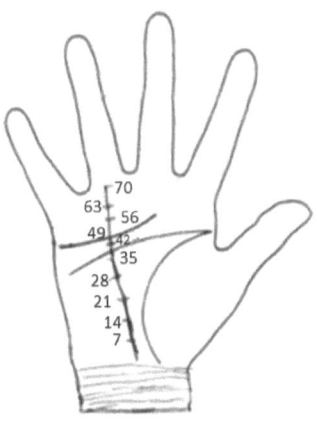

Đường Thái dương
các thời điểm

về tiền tài, về sự nghiệp, họ là người thành công.

Cách định tuổi: tương tự như đường Định mạng, giao điểm với đường Trí đạo là 35 tuổi, giao điểm với đường Tâm đạo là 49 tuổi v.v.

Cũng như đường Định mạng, đường Thái dương chưa xuất hiện vào đầu đời. Đợi tới khoảng 35 tuổi mới xuất hiện, ở điểm khởi đầu ở đường Trí đạo, hoặc tới khoảng 49 tuổi mới xuất hiện, điểm khởi đầu ở đường Tâm đạo.

Những dấu hiệu xuất hiện trên đường Thái dương cũng biểu lộ các việc hoặc tốt, hoặc xấu: tốt: ngôi sao; xấu: đứt đoạn, cù lao, chuỗi cù lao, dấu X.

5. Đường Hôn nhân

Đường Hôn nhân / đường Tình duyên (Marriage lines/ Relationship lines) là đường chỉ nhỏ chạy từ rìa lòng bàn tay, ở giữa đường Tâm đạo và ngón út. Đường chỉ này diễn tả mối liên hệ (relationship) với người khác (khác phái hoặc cùng phái) có thể hay không có thể là cuộc tình dục vọng (sexual one).

Tuy nhiên có những người đàn ông đã lập gia đình mà không có đường Hôn nhân ở bàn tay họ. Nhưng rất ít người đàn bà đã lập gia đình mà không có đường Hôn nhân.

Sự hiện diện của hai, ba đường Hôn nhân không có nghĩa là người này có nhiều sự liên hệ nồng thắm với người khác. Các đường Hôn nhân song song với nhau có thể diễn tả người này có nhiều người yêu. Đôi khi đường Hôn nhân cũng biến mất.

Đường Hôn nhân rẻ đôi ở đầu khởi điểm: lúc đầu trắc trở, về sau tốt lành. Nếu có dạng chữ Y ở đầu khởi điểm, hoặc ở đầu cuối, thì ý chỉ có sự ly dị, xa lìa vợ/chồng, hoặc goá bụa.

Đường Hôn nhân đụng đường Thái dương: thân chủ sẽ kết hôn với người giàu có.

Đường Hôn nhân có cù lao: có chồng hay có vợ nhưng vẫn có người yêu khiến cho cuộc tình duyên gặp khó khăn. Nếu cù lao xuất hiện ở cuối đường thì thân chủ gặp trở ngại sau khi kết hôn.

- Nếu bị ngắt quảng: ý chỉ thân chủ phải ly hôn trong cuộc hôn nhân, hoặc vợ chồng thường cãi vã vì không hợp ý, nên gặp trở ngại trong hôn nhân.

- Nếu có 2 đường song song và bằng nhau: ý chỉ thân chủ sẽ kết hôn 2 lần, hoặc có thêm nhân tình.

- Nếu có chĩa đôi và chạy xuống đường Tâm đạo: ý chỉ sẽ có ly thân, ly dị, hoặc vợ chồng xa lìa.

- Nếu đường Hôn nhân uốn cong lên: ý chỉ thân chủ có gia đình hoà thuận, sung túc.

- Nếu đường Hôn nhân uốn cong xuống: thân chủ nên cẩn

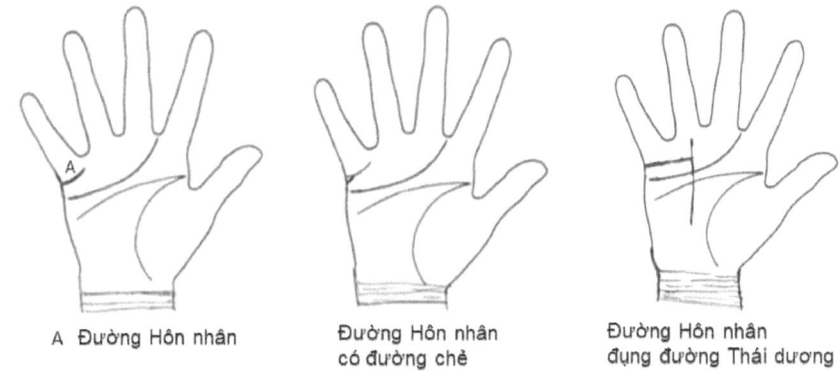

A Đường Hôn nhân

Đường Hôn nhân
có đường chẻ

Đường Hôn nhân
đụng đường Thái dương

thận, thân chủ là người yêu đương mù quáng nên có thể bị lợi dụng.

- Nếu không có đường Hôn nhân: ý chỉ thân chủ không quan tâm đến chuyện tình cảm, người này chỉ chú ý vào công việc mình đang là.

Đường Hôn nhân nằm giữa đường Tâm đạo và ở dưới lóng thứ 3 của ngón út thì hôn nhân có thể xảy ra khoảng 25 đến 30 tuổi.

6. Đường Con cái

Đường Con cái/đường Tử tức (Children lines) là những đường chỉ nhỏ ở dưới ngón út và ở trên đường Hôn nhân. Nếu những đường này thẳng, đậm nét là tốt, đây là dấu hiệu về các đứa con có sức khỏe mạnh Nếu mờ nhạt thì các đứa con có sức khỏe yếu.

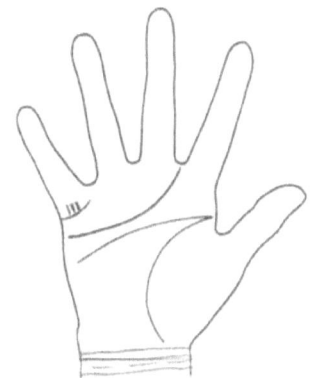

Đường Tử tức

7. Đường du lịch

Đường Du lịch còn gọi là đường Viễn du (Travel lines) là những đường chỉ nhỏ bắt đầu từ mép bàn tay bên ngón út, ở giữa cổ tay và đường Tâm đạo. Thân chủ có đường Du lịch thường thích đi đây đi đó.

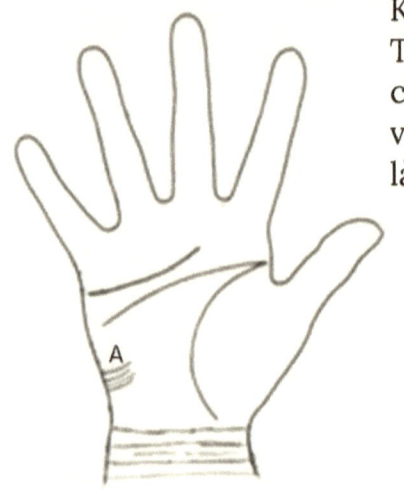

Khi đường Viễn du gặp đường Thái dương/đường May mắn: ý chỉ thân chủ sẽ phát triển công việc làm ăn ở xa xứ, tha phương làm ăn sẽ thành công.

A   Đường Du lịch

8. Đường Trực giác (Line of Intuition) còn gọi là đường Linh tính bắt đầu từ mép bàn tay phía bên ngón út, ở gần cổ tay chạy vô lòng bàn tay. Đường này uốn cong và hướng vô giữa lòng bàn tay. Thường có độ dài khoảng 1,5 cm. có khi dài hơn, và chạm vào đường Trí đạo.

Thân chủ có chỉ tay này thường có linh cảm những việc sắp xảy ra. Nếu đường này đậm nét thì thân chủ này có khả năng linh cảm mạnh. Họ có thể là nhà ngoại cảm (Clairvoyant) bẩm

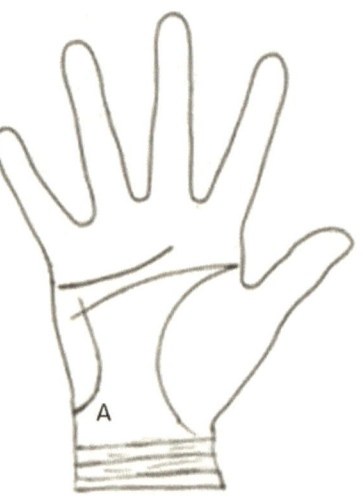

A   Đường Trực giác

sanh và có thể là vị có khả năng trị các bịnh (Healer).
Nếu đường Trực giác hướng tới đường Trí đạo thì thân chủ này sẽ là vị có khả năng trị bịnh bẩm sanh (natural Healer).
Nếu đường này hướng về đường Định mạng (Destiny line) thì thân chủ này có thần giao cách cảm (telepathy), ngoại cảm, có thể đoán trước các điều sẽ xảy ra.

9. Chiếc nhẫn Solomon

Chiếc nhẫn Solomon (Ring of Solomon) là nửa vòng tròn bao quanh dưới ngón trỏ. Nếu vòng này xuất hiện thì thân chủ này thích khoa học huyền bí, thích những vấn đề ngoại cảm (psychic subjects), thích khoa Tâm lý học, và thích tìm hiểu đời sống thần bí.

Nếu chiếc nhẫn Solomon bị cắt đứt thì người này có nhiều rắc rối về gia đình (family problems) đưa đến nhiều chuyện căng thẳng thần kinh.

Nếu không có chiếc nhẫn Solomon hiện diện trên lòng bàn tay thì không có vấn đề gì xảy ra.

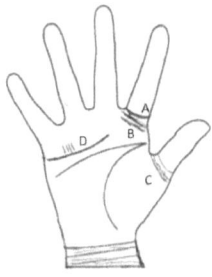

A   Chiếc nhẫn Solomon
B   Đường thương người
C   Chiếc nhẫn Gia đình
D   Dấu Tích Y tế

10. Đường thương người

Đường Thương người (Sympathy lines) hay đường Nhân ái là đường biểu lộ sự đồng cảm, gồm có một hay nhiều đường chỉ chạy thẳng dưới chiếc nhẫn Solomon. Người này có lòng thương người, thông cảm với nỗi khổ đau của người khác.

11. Đường chuỗi Nhẫn gia đình

Đường Chuỗi nhẫn gia đình (Family rings) hay Chuỗi gia đình (Family chains), còn gọi là đường Sao hoả (line of Mars): đây là những đường chỉ chia cắt lóng tay thứ hai của ngón cái với gò Kim tinh. Đường chỉ này thường bị đứt đoạn hoặc nối thành một chuỗi, nhiều khi không có xuất hiện. Đường chỉ này cho biết mối liên hệ gia đình (family relationship) rất thân thiết.

12. Đường Dấu tích Y tế

Đường Dấu tích Y tế (Medical Stigmata) là những đường chỉ ở trên đường Tâm đạo và ở dưới ngón áp út. Thân chủ sẽ có năng khiếu về Y khoa, hoặc học về Y khoa hoặc có khả năng bẩm sinh trị bịnh cho người khác.

13. Vòng cườm tay

Vòng Cườm tay (Bracelet lines/ Rascette lines) là những

đường chạy xung quanh cổ tay ở ngay dưới lòng bàn tay. Đó là các đường song song với chân trời nơi nối liền cánh tay với bàn tay. Thường thường chúng ta có 3 đường Vòng Cườm tay. Các đường chỉ của Vòng Cườm tay cho biết đời sống của đương sự về sức khỏe, về tài chánh.

Nếu một người có nhiều đường Vòng Cườm tay rõ ràng, không đứt khoảng thì người này có sức khỏe tốt và có thể sống dai.

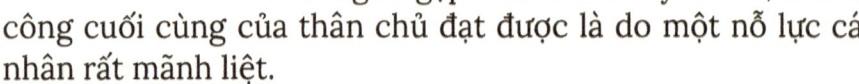

Nếu đường vòng cườm tay mờ và đứt đoạn thì biểu lộ sức khỏe yếu kém.

Nếu có 2 vòng cườm tay chạy quanh cườm tay: thân chủ thông minh và giàu có.

Nếu có 3 vòng cườm tay chạy quanh cườm tay: thân chủ sẽ có địa vị cao trong xã hội: giàu sang, quyền lực và ảnh hưởng uy thế. Tuy nhiên, nếu các vòng cườm tay này không tốt thì đời sống sẽ gặp khó khăn. Tuy nhiên, thành công cuối cùng của thân chủ đạt được là do một nỗ lực cá nhân rất mãnh liệt.

Vòng Cườm tay

Theo "khoa xem chỉ tay" của người Ấn độ, ý nghĩa vòng cườm tay được giải thích như sau:
- Nếu chỉ có 1 vòng cườm tay với nhiều cù lao hay chuỗi cù lao thì thân chủ có đời sống nghèo nàn.
- Nếu có hai vòng cườm tay với nhiều cù cao hay chuỗi cù lao thì thân chủ có một đời sống khá hơn.
- Nếu có 3 vòng cườm tay với nhiều cù lao hay chuỗi cù lao thì thân chủ sẽ có đời sống rất giàu có và hạnh phúc.

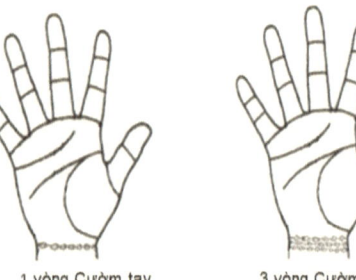

1 vòng Cườm tay
có nhiều cù lao

3 vòng Cườm tay
có nhiều cù lao

54

Tóm tắt những đường chỉ chủ yếu

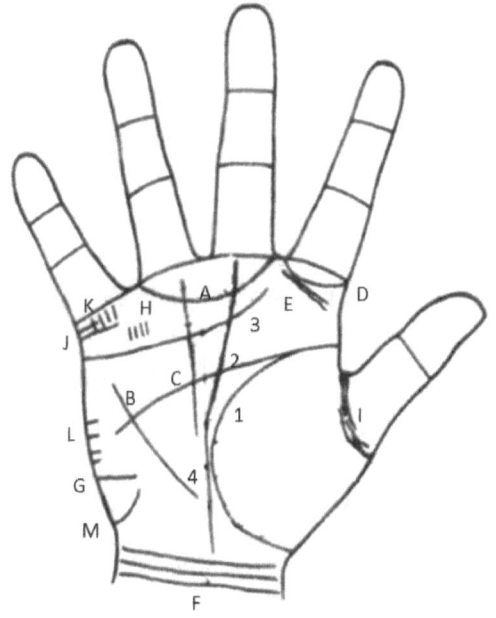

1. Đường Sanh đạo	3. Đường Tâm đạo
2. Đường Trí đạo	4. Đường Định mạng

A. Vòng Đào hoa	F. Các vòng cườm tay
B. Đường Sức khỏe	G. Đường Via Lasciva
C. Đường Thái dương	H. Đường Dấu tích y tế
D. Chiếc nhẫn Solomon	I. Các Chuỗi nhẫn gia đình
E. Đường Tình thương	J. Đường Hôn nhân

K. Đường Tử tức
L. Đường Viễn du
M. Đường Trực giác

(Nguồn: Internet)

ЧЧЧ

Chương 5

Cách định tuổi trong lòng bàn tay

Hàng ngàn năm qua, các nhà xem chỉ tay (Palmists) đã đưa ra nhiều lập luận khác nhau để xác định tuổi trong lòng bàn tay (Timing on the hand). Họ đều có những ý kiến khác nhau về đề tài này.

Tuy nhiên, phần lớn các nhà nghiên cứu xem chỉ tay đều đồng quan điểm về quy ước này: họ định mốc tuổi tối đa là 70 tuổi, có nghĩa là họ không luận đoán điều gì ở tuổi trên 70. Như vậy, nếu độc giả đã trên 70 tuổi thì có thể tìm về quá khứ của mình trên bàn tay để hồi tưởng lại cuộc đời dĩ vãng. Độc giả có thể xem chỉ tay cho những người trẻ hơn 70 tuổi gồm có bạn bè, thân chủ, con cháu.

Trong thực hành, chúng ta sẽ xem cả hai bàn tay để xác định thời điểm của những biến cố quan trọng. Điều tốt nhất là bạn có thể định thời điểm (the date) của một biến cố quan trọng mà nó đã xảy ra cho thân chủ trong quá khứ, rồi rà xét thời gian đã qua và sẽ tới từ cái thời điểm này (this date). Thật ra, phương pháp này cũng không hẳn là đúng cho mỗi lần coi tay, nhưng chúng ta tạm dùng nó vì nó có giá trị tương đối trong việc phỏng định thời điểm của những biến cố quan trọng, và dĩ nhiên cũng nhờ sự tiên đoán của người xem chỉ tay (palm reader) dựa vào trực giác kinh nghiệm (experimental intuition).

Để thu thập nhiều kinh nghiệm, bạn cần xem chỉ tay cho nhiều người, nhất là gặp các khách mời trong những bửa tiệc thân mật riêng tư (private party). Vì lúc ấy, trong bầu không khí thân mật và thoải mái, bạn sẽ có cơ hội xem nhiều bàn tay của các thực khách trong buổi dạ hội này. Rồi đây, bạn sẽ ngạc nhiên khi có vị thực khách gọi điện thoại cho bạn vào ngày hôm sau và nói rằng người ấy rất thích thú về việc xem chỉ tay của bạn, bởi vì những gì bạn đã luận đoán thì rất đúng về những việc đã xảy ra trong quá khứ. Đó là một kinh nghiệm mới cho bạn, bạn đã thu thập được nhiều thông tin của thân chủ qua vài phép đo tâm lý (some form of psychometry).

Bạn hãy kiên nhẫn, thực hành thêm nhiều nữa để giúp bạn luận đoán càng chính xác càng tốt về thời điểm của những biến cố trong lòng bàn tay. Dĩ nhiên, lần lần bạn sẽ trở nên khá hơn trong việc xác định thời điểm của các biến cố trong lòng bàn tay của thân chủ của bạn.

Trên thực tế, thật là rất khó để xác định "năm" (Year) một cách chính xác (accurately), và dĩ nhiên cũng khó có thể xác định ngày (day), tháng (month) nếu không nhờ trực giác kinh nghiệm. Bạn cần để ý rằng có người tự nhận rằng họ có thể xác định một cách chính xác ngày và tháng cho một biến cố nào đó (Some one claims to be able to determine the actual month and day of a certain event). Thực ra ngay cả việc xác định năm (Year) một cách chính xác cũng đã khó rồi, và không thể xác định ngày và tháng nếu không sử dụng trực giác kinh nghiệm; số người dự đoán ngày, tháng và năm một cách chính xác thực là rất ít. Ngay cả những người hoàn toàn dựa vào các định luật của khoa xem chỉ tay cũng rất ít ai có thể xác định năm xảy ra các biến cố trong cuộc đời của thân chủ.

Trái lại, trong khoa xem Tử vi (horoscopes) của Đông phương cũng như của Tây phương thì Chiêm tinh gia có thể tìm cách xác định thời gian như giờ, tháng và năm. Bởi vì công thức để an một lá số Tử vi đòi hỏi thân chủ phải cho biết giờ, ngày, tháng và năm sanh.

1. Định thời gian trên đường Sanh đạo

Chúng ta có thể chia đường Sanh đạo làm 2 phần bằng cách tưởng tượng rằng có được một đường thẳng kéo xuống từ giữa ngón giữa cho đến khi nó đụng đường Sanh đạo. Tại điểm này, chúng ta định khoảng tuổi 35 (the age of thirty five), lấy thời điểm này làm chuẩn.

Rồi tiếp tục tưởng tượng có một đường thẳng kéo xuống từ giữa ngón tay trỏ cho đến khi nó đụng đường Sanh đạo, điểm này là vào khoảng 10 tuổi (the age of ten), rồi tiếp tục tưởng tượng có một đường khởi đầu từ giữa ngó trỏ và ngón giữa, kéo xuống đụng đường Sanh đạo, đó là lúc 20 tuổi (the age of twenty). Tuổi 70 (the age of seventy) là nơi đường Sanh đạo uốn cong xung quanh ngón cái ở phần nền của bàn tay.

Cách định tuổi trên đường Sanh đạo

Hãy tưởng tượng từ điểm 35 tuổi đến điểm đường Sanh đạo đi bọc dưới ngón tay cái ở điểm 70 tuổi, khoảng này chỉ thời gian kéo dài là 35 năm. Nếu chia ra làm hai phần thì điểm giữa hai điểm này là 52 tuổi rưỡi (the age of fifty-two and a half) [70 – 35 =35; 35 /2 = 17.5; 35 + 17.50 = 52.5]. Nếu chia khoảng từ điểm 35 tuổi đến 70 tuổi làm 3 phần thì điểm chia phần thứ 2 kể từ điểm 35 tuổi là vào khoảng 47 đến 59 tuổi (The ages of almost forty-seven and fifty-nine) [70 – 35 = 35; 35/3 = 11.6; 35 + 11.6 + 11.6 = 58.2 = khoảng 59]. Chúng ta có thể chia nhiều phần nhỏ hơn để đoán tuổi càng nhỏ hơn và có thể gần chính xác hơn.

Ngày xưa, tuổi thọ của con người ngắn hơn, ngày nay tuổi thọ cao hơn, cho nên việc phân chia tuổi như thế này cần phải lưu ý đến độ chính xác tương đối của nó.

2. Định thời gian trên đường Trí đạo

Đường Trí đạo cho biết có 70 năm trong cuộc đời của thân chủ, bắt đầu đếm thời gian từ nơi xuất phát tức từ giao điểm hay gần với đường Sanh đạo. Chúng ta có thể chia đường Trí đạo ra làm hai phần, tại điểm giữa này cho biết thời điểm khoảng 35 tuổi; và tiếp tục chia 2 nữa, chúng ta sẽ có điểm 17.5 tuổi, rồi 52.5 tuổi v.v.

3. Định thời gian trên đường Tâm đạo

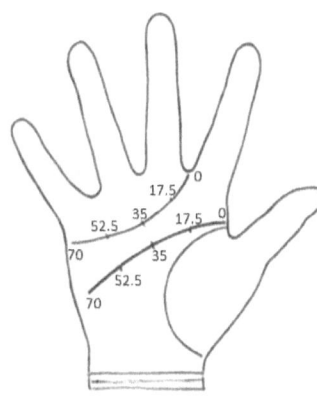

Cách định tuổi trên đường Trí đạo & đường Tâm đạo

Tương tự như đường Trí đạo, đường Tâm đạo cho biết có 70 năm trong cuộc đời của thân chủ, bắt đầu đếm thời gian từ nơi xuất phát tức gần ngón trỏ hay ngón giữa, hoặc ở giữa 2 ngón tay này. Tương tự như cách định tuổi trên đường Trí đạo, chúng ta có thể chia đường Tâm đạo ra làm hai, điểm này cho biết thời điểm khoảng 35 tuổi v.v.

4. Định thời gian trên đường Định mạng

Chúng ta định thời gian trên đường Định mạng bắt đầu từ nơi khởi điểm gần cườm bàn tay đi lên trên tới ngón giữa.

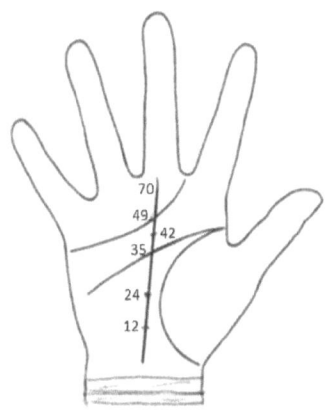

Cách định tuổi trên đường Định mạng

35 năm đầu của cuộc đời một người, đường Định mạng bắt đầu từ nơi khởi điểm lên tới giao điểm của đường Trí đạo. Đoạn từ đường Trí đạo đến đường Tâm đạo cho biết có khoảng 14 năm, vậy giao điểm của đường Định mạng và đường Tâm đạo chỉ 49 tuổi, phần còn lại của cuộc đời thân chủ là phần ở trên đường Tâm đạo.

Phần đầu tiên của đường Định mạng

từ nơi phát khởi đến giao điểm của đường Trí đạo có thể chia làm 3 giai đoạn, cho biết khoảng 12 tuổi và 24 tuổi. Đoạn ở giữa đường Trí đạo và Tâm đạo có thể phân chia ra làm hai thì điểm giữa chỉ 42 tuổi.

35 năm đầu của cuộc đời là phần quan trọng của đường Định mạng. Bởi vì trong khoảng thời gian 35 năm đầu của cuộc đời, thân chủ lớn lên, trưởng thành, thành tài, ra làm việc và có thể muốn làm điều gì cho cuộc đời của mình. Tới tuổi 35, sự nghiệp coi như ổn định vì chúng ta đã có ý tưởng rõ ràng rằng mình muốn làm điều gì cho cuộc đời của mình.

Trong khoảng từ 35 tuổi đến 49 tuổi, chúng ta thường theo đuổi con đường ổn định cho cuộc đời mình, hình như chúng ta đang ở trong một nghề nghiệp ổn định và phát triển nó. Nếu đây không phải là hoàn cảnh của chúng ta thì sẽ có sự thay đổi của đường Định mạng trong khoảng giữa đường Trí đạo và Tâm đạo.

Điều đáng lưu ý là có nhiều người có đường Định mạng ngừng lại ở lúc tuổi 49. Điều này không có nghĩa là người này không có sự nghiệp sau tuổi 49. Nhưng điều này có nghĩa là sau 49 tuổi thì người này không có gì thay đổi trong sự nghiệp cho đến thập niên của tuổi 50, tuổi 60, tuổi 70.

Nếu đường Định mạng rõ nét ở khoảng vượt qua đường Tâm đạo thì chứng tỏ người này sẽ có những trải nghiệm, những công việc và thay đổi mới trong cuộc đời sau này. Nói khác, đó là dấu hiệu của một cuộc khởi hành mới trong hầu hết các trường hợp. Thường thường đường Định mạng tốt cũng cho biết người này có một cuộc đời trường thọ (longevity).

5. Định thời gian trên đường Thái dương
Đường Thái dương (Line of Sun) còn gọi là đường May mắn (Line of Fortune) cắt đường Trí đạo ở tuổi 35, cắt đường Tâm đạo ở tuổi 49.

Áp dụng cách chia 2 như ở trên chúng ta có các thời điểm sau đây trên đường Thái dương: 7, 14, 21, 28, 35, 42, 49, 56 ... là những năm có nhiều ý nghĩa, có nhiều chuyện xảy ra trong cuộc đời có thể làm thay đổi cuộc sống.

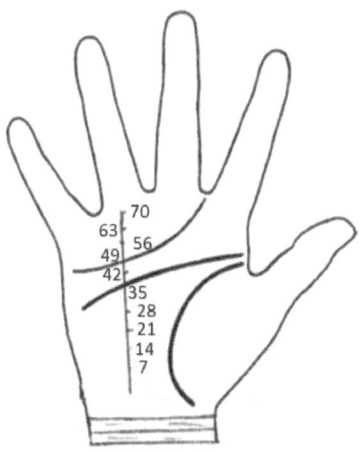

Cách định tuổi trên đường Thái dương

Các gò trong lòng bàn tay

Trong lòng bàn tay có các gò (mount) là chín khu vực riêng biệt. Các gò này được đặt tên theo các hành tinh (planet), từ xa xưa chúng ta thấy có sự liên kết chặt chẽ giữa bộ môn coi chỉ tay (palmistry) với khoa Chiêm tinh học (astrology). Ý nghĩa mỗi hành tinh đã giúp cho mọi người có thể học hỏi và hiểu biết về mỗi gò, mỗi ngón tay được đặt tên theo các gò đó.

Gò là nơi nhô lên trong lòng bàn tay. Một gò cao và phát triển tốt cho biết người này có những tiềm năng tốt trong lãnh vực mà gò này mang ý nghĩa. Ngược lại, một gò thấp không phát triển thì ý chỉ sự thiếu những tiềm năng tốt trong lãnh vực mà gò này mang ý nghĩa. Thường thường, hầu hết mọi người đều có các gò không cao mà cũng không thấp, có khi các gò đều bằng phẳng thì có thể coi là mọi việc xảy ra bình thường.

Ngón tay ở trên gò nào thì có cùng tên với gò đó.

Sau đây là vị trí của chín gò trong lòng bàn tay:

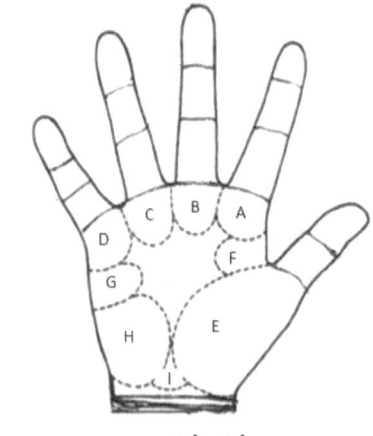

Các Gò

A Gò Mộc tinh	B Gò Thổ tinh	C Gò Thái dương
D Gò Thuỷ tinh	E Gò Kim tinh	F Gò Hỏa tinh dương
G Gò Hỏa tinh âm	H Gò Thái âm	I Gò Đồng Hỏa tinh

1. Gò Mộc tinh

Gò Mộc tinh (A) (Mount of Jupiter) ở dưới ngón tay trỏ. Nếu gò này cao và rộng thì cho biết người này thông minh, tự tin và có khả năng điều khiển, lãnh đạo và nghị lực lớn. Các khả năng này hỗ trợ cho người đó có được những ước muốn để hoàn thành mục đích của mình đi đến chỗ thành công. Các nhà lãnh đạo tôn giáo và các lãnh tụ chính trị thường có gò Mộc tinh tốt như vậy.

Nếu có những dấu đặc biệt như hình tứ giác, ngôi sao, chữ thập thì rất đáng quý.

2. Gò Thổ tinh

Gò Thổ tinh (B) (Mount of Saturn) ở dưới ngón giữa. Nếu gò này nổi cao và phát triển tốt thì người này làm việc siêng năng tận tâm, nhưng đôi khi có những nỗi buồn vô cớ. Người này thường thích nghiên cứu các môn triết học, tôn giáo và luật học.

Nếu gò này có trũng sâu thì người này làm việc vất vả.

Phần lớn mọi người đều có gò Thổ tinh bằng phẳng ở dưới ngón giữa, điều này không phải là điều xấu nhưng cho biết rằng người này thích sống tự lập, thích tiêu khiển thời gian một mình mà không cảm thấy cô độc.

3. Gò Thái dương

Gò Thái dương (C) (Mount of Apollo) ở dưới ngón áp út/ngón đeo nhẫn. Nếu gò này nổi cao, phát triển tốt thì người này đam mê nghệ thuật, sẽ phát triển tốt về thương mại, dễ kết bạn, có khiếu về giao tế và hoà thuận với mọi người.

4. Gò Thuỷ tinh

Gò Thuỷ tinh (D) (Mount of Mercury) ở dưới ngón út. Những người có gò Thuỷ tinh nổi cao và phát triển tốt thì có tài ngoại giao thường kết nhiều bạn tốt và dễ dàng hoà hợp với họ. Người này cũng thành công trong lãnh vực thương mãi.

Nếu gò này không phát triển tốt thì người này có những vấn

để rắc rối trong liên hệ với bạn bè, không thực tiễn.

5. Gò Kim tinh

Gò Kim tinh (E) (Mount of Venus) ở dưới ngón tay cái và được bao quanh bởi đường Sanh đạo, gò này lớn nhất trong các gò. Gò Kim tinh liên hệ đến tình cảm, sức khỏe và những ước muốn tình dục.

Gò Kim tinh càng cao và vun đầy thì biểu lộ sự mong ước và say mê tình dục càng tăng.

Nếu gò Kim tinh hơi bằng phẳng thì người này sẽ gặp nhiều rắc rối, thiếu sinh lực.

6. Gò Thái âm

Gò Thái âm (H) (Mount of Luna) ở bìa bàn tay, gần cườm tay, dưới ngón út. Nếu gò này nhô cao thì người này sẽ phát triển về công danh, nghệ thuật, và thích đi du lịch.

Nếu gò này không cao thì người này chỉ thích các sự kiện cụ thể và không quan tâm đến những điều tưởng tượng hoặc mơ hồ.

7. Gò Hoả tinh

Đây là một gò đặc biệt trong lòng bàn tay. Gò Hoả tinh có 3 phần gồm các gò nhỏ sau đây:

1) Gò Hoả tinh âm còn gọi là Gò Hoả tinh bên ngoài (G) (Mount of Outer Mars) nằm giữa gò Thuỷ tinh và gò Thái âm.

2) Gò Hoả tinh dương còn gọi là Gò Hoả tinh bên trong (F) (Mount of Inner Mars), nằm giữa gò Kim tinh và Mộc tinh.

Hai gò Hoả tinh âm và dương thường tạo sự thăng bằng cho ý lực, cá tính của mỗi người. Nếu hai gò này nảy nở thì người này rất nhiệt tình trong công việc. Nếu hai gò này thấp, trũng xuống thì năng lực bị giảm sút.

3) Gò Đồng Hoả tinh (I) (Mount of Neptune) nằm giữa phần trũng của lòng bàn tay, gần cổ tay, nối liền gò Kim tinh và gò Thái âm.

Nếu gò Đồng Hoả tinh phát triển thì ý chỉ người này có khả

năng nói trước công chúng, phản ứng mau chóng. Thường thấy ở các nghệ sĩ và những diễn giả trước công chúng.

Ba gò này có liên hệ với nhau. Nếu 2 gò Hoả tinh âm và Hoả tinh dương nảy nở thì gò Đồng Hoả tinh sẽ lõm xuống. Gò Đồng Hoả tinh kiểm soát và làm thăng bằng 2 gò kia.

Chương 7

Ngón tay và Móng tay

Ngày xưa, các nhà xem chỉ tay quan niệm bàn tay quyết định ý chí và bản thân của thân chủ là "Nam tả, Nữ hữu" có nghĩa là: con trai: bàn tay trái là bàn tay chủ động của phái Nam, còn con gái: bàn tay mặt là bàn tay chủ động của phái Nữ. Nhưng ngày nay, nếu thân chủ thuận bàn tay nào thì bàn tay đó là bàn tay chủ động biểu hiện những gì thân chủ làm trong cuộc sống của mình vào lúc này; còn bàn tay không thuận, đó là bàn tay bị động, phản ánh quá khứ và khả năng bẩm sanh của thân chủ. Nói chung, bàn tay thuận là bàn tay cầm viết để thân chủ viết.

I. Các ngón tay

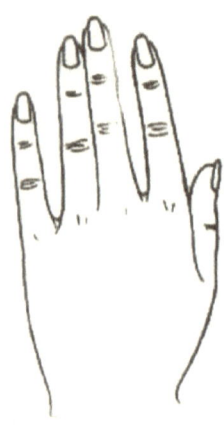

Các ngón tay

Các ngón tay (fingers) cũng đóng một vai trò quan trọng trong khoa xem chỉ tay (palmistry) bên cạnh các chỉ tay trong lòng bàn tay. Chúng ta có thể nhìn lướt qua các ngón tay để đoán được các điểm khởi đầu. Các nhà xem chỉ tay nhận xét những người có các ngón tay dài thường chứng tỏ kiên nhẫn và chú ý vào chi tiết, trong khi người có các ngón tay ngắn thì chứng tỏ nhanh nhẹn, ít chú ý vào chi tiết và tiếp cận đối tượng nhanh hơn. Thí dụ, nếu bạn đến ngân hàng và để ý thì cô thu ngân nào có các ngón tay dài thường đếm tiền chậm hơn cô thu ngân có các ngón tay ngắn.

Những người có các ngón tay có độ dài trung bình thì có đức tính tổng hợp các ưu điểm của hai cực đoan trên.

Để xác định ngón tay dài hay ngắn, các nhà nghiên cứu xem chỉ tay thường đối chiếu độ dài ngón tay với độ dài của lòng bàn tay.

1. Khoảng không gian ở giữa các ngón tay

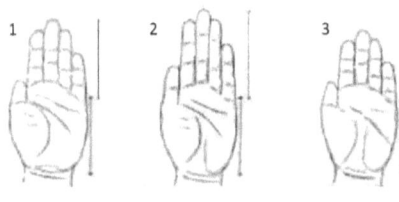

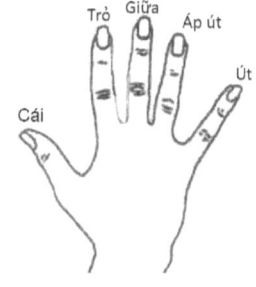

1 Chiều dài ngón tay bằng bàn tay
2 Ngón tay dài hơn bàn tay
3 Ngón tay ngắn hơn bàn tay

Thân chủ hãy thư giản và mở bàn tay ra một cách thoải mái để bạn quan sát các khoảng không gian giữa các ngón tay (space between fingers).

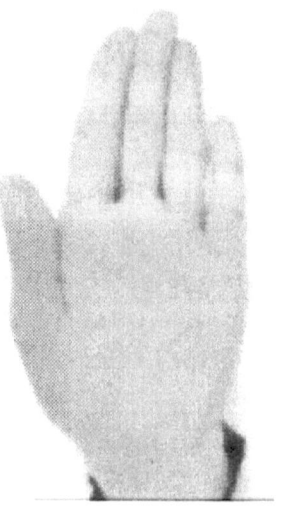

a. Nếu không có khoảng không gian ở giữa các ngón tay ý chỉ thân chủ rất dè dặt, không linh động hay nghỉ ngơi, kết bạn với người khác rất chậm. Thân chủ chú tâm làm việc, ăn xài tiện tặn, thường hay lo xa, có thể làm ra nhiều tiền.

Nếu có khoảng không gian ở giữa các ngón tay rộng thì thân chủ có nhiều tham vọng, thân thiện, dễ kết bạn với người khác, ăn xài rộng rãi, ít nghĩ đến lợi ích kinh tế nên có thể bị lỗ lã tiền bạc nếu có hùn hạp với người khác

b. Nếu khoảng không gian giữa ngón Trỏ (Index finger) và ngón Giữa (Middle finger) rộng thì thân chủ tự tin, thích thưởng thức tự do tư tưởng, sẵn sàng biện hộ ý kiến của mình nhưng cũng tôn trọng ý kiến người khác, thích theo đuổi một đời sống độc lập.

c. Nếu khoảng không gian ở giữa ngón Giữa và ngón Áp út/ ngón đeo nhẫn (Ring finger) hẹp thì ý chỉ nghề nghiệp của thân chủ và tình yêu của họ có sự liên lạc rất mật thiết. Bởi vì ngón giữa ý chỉ sự phát triển nghề nghiệp, và ngón đeo nhẫn ý chỉ sự may mắn trong tình yêu. Người này có thể hoàn thành một sự nghiệp lớn nhờ sự liên hệ gắn bó với tình yêu. Nếu khoảng không gian giữa ngón giữa và ngón đeo nhẫn rộng thì người này thích hưởng thụ, ít có kế hoạch dài lâu cho tương lai. Nếu khoảng không gian này càng rộng thì người này sẽ bị quấy rầy bởi người yêu trong tình trường.

d. Nếu khoảng không gian ở giữa ngón Đeo nhẫn và ngón Út (Little ginger) rộng thì ý chỉ thân chủ hầu như ít được sự giúp đỡ của người khác mà thân chủ phải tự túc làm bất cứ điều gì mà họ phải làm. Thêm vào đó, thân chủ cần phải chú ý tìm cách nào để có thể hoà đồng với các người ở chung quanh, thân chủ phải học hỏi và hiểu cách kính trọng người khác để phát triển mối liên hệ hỗ tương với người khác.
Nếu khoảng không gian này rộng nhiều cộng thêm ngón út cong ra phía ngoài thì ý chỉ thân chủ sẽ có mối quan hệ không tốt với con cái khi tuổi về già.

e. Nếu khoảng không gian ở giữa ngón cái (Thumb) và ngón trỏ rộng thì ý chỉ thân chủ có tinh thần phóng khoáng và nhân hậu. Ngược lại, nếu khoảng không gian ở giữa ngón cái và ngón trỏ hẹp thì ý chỉ thân chủ có tinh thần hẹp hòi, thiếu tự chủ, thường tuỳ thuộc vào người khác.

f. Các ngón tay bằng phẳng
Các ngón tay bằng phẳng (smooth joints fingers) không thấy các khớp xương lòi ra. Thân chủ thiếu kiên nhẫn để đi tìm

chi tiết vì họ gặp khó khăn trong việc phân tích một vấn đề ra thành nhiều thành phần kết hợp lại. Phán quyết của thân chủ thường dựa vào linh cảm, trực giác kinh nghiệm thay vì phân tích kỹ lưỡng các sự kiện.

Về mặt tâm lý, họ thường hay xúc động và nhạy cảm, dễ bộc lộ sự giận dữ cũng như dễ bộc lộ nỗi vui mừng.

g. Các ngón tay lòi xương khớp
Khớp xương ngón tay (knuckles) là nơi 2 đốt xương của ngón tay tiếp xúc và nối với nhau; và cũng là nơi đốt xương tay tiếp xúc và nối với bàn tay.
Hầu hết, mọi người đều có 14 khớp xương ở mỗi bàn tay: 2 khớp xương ở ngón cái; và 3 khớp xương ở mỗi ngón tay còn lại như vậy: 3 khớp xương x 4 ngón tay = 12 khớp xương.

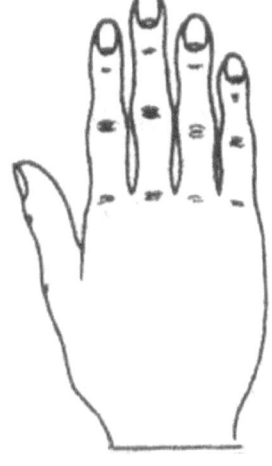

Các ngón tay lòi xương khớp

Các ngón tay lòi xương khớp (knotty joints fingers) không phải do bịnh viêm khớp (arthritis). Người có các ngón tay lòi xương khớp thì có bộ óc phân tích mạnh mẽ. Thân chủ ít khi nhìn vấn đề một cách nông cạn hay hời hợt, nhưng họ có xu hướng đào sâu vào vấn đề bằng cách lý luận và phân tích.

2. Đặc điểm từng ngón tay

1) Ngón cái (Thumb)
Ngón Cái quyết định ý chí, lòng ham muốn và bản tính của thân chủ.
Ngón Cái đóng vai trò quan trọng trong khoa xem chỉ tay. Ngón Cái bộc lộ rõ tánh cách của thân chủ, ngón Cái giảm bớt

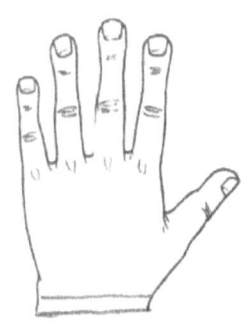

Đặc điểm từng ngón tay

69

phần xấu của các ngón khác.

Một cách tổng quát, những ngón Cái lớn hơn thì sự thành công của thân chủ sẽ nhiều hơn và chính thân chủ sẽ tận hưởng hạnh phúc của cuộc đời mình. Người có ngón tay Cái lớn thường có nhiều động lực, kiên trì và cao vọng. Các đặc tính này giúp thân chủ hoàn thành các mục đích của mình.

- Nếu có ngón Cái dài hơn thì thân chủ tự tin về nghề nghiệp của mình, thường đòi hỏi phẩm chất cao về tình yêu và cuộc sống. Còn nếu ngón tay Cái ngắn hơn thì người này thực tế, bắt đầu xây dựng sự nghiệp từ đầu.

    Ngón Cái nhỏ: thiếu ý chí, dễ bị cám dỗ.

    Ngón Cái không dang xa ngón trỏ: tính hẹp hòi, dễ bị phụ nữ đàn áp.

- Nếu ngón Cái uốn cong về phía sau nhiều quá: lười biếng, thích tìm chỗ vui chơi.

- Nếu ngón Cái dài, đầu ngón tay nhọn thì ý chỉ thân chủ biết kiềm chế cảm xúc, luôn giữ bình tĩnh trong mọi việc xảy ra.

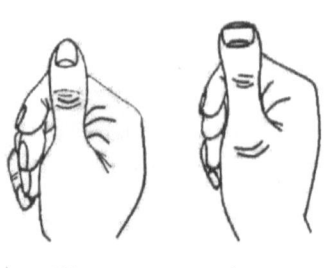

- Nếu ngón Cái ngắn to, đầu ngón tay hơi bè thì ý chỉ thân chủ gan lì, bạo dạn, ít kiềm chế cảm xúc. Khi bất đồng với đối thủ thì thân chủ có thể có hành động bạo hành. Thân chủ có ngón Cái như thế này thì cần phải kiểm soát và chế ngự cảm xúc của mình để tránh bạo hành.

Hầu hết mọi người đều có các ngón Cái có chiều dài trung bình, không cao cũng không thấp, họ sẵn sàng đứng lên để đòi hỏi sự công bằng cho người khác và cho chính mình.

2) Ngón Trỏ (Index finger)
Ngón trỏ chỉ lòng ham muốn, khác vọng quyền thế, tự phụ.

Nếu ngón trỏ dài hơn ngón giữa thì chứng tỏ người này có nhiều động lực và luôn luôn ước muốn thành công.

- Nếu ngón Trỏ ngắn hơn ngón giữa thì người này thiếu tự tin trong thời còn trẻ, thường bị người xung quanh lấn lướt. Nhưng khi đã lớn hơn thì người này sẽ biết lúc nào dừng, lúc nào tiến lên một cách mạnh mẽ.

- Nếu ngón Trỏ dài thì thân chủ có ước vọng cao và những ước muốn cao về quyền lực có sự giao hảo tốt với mọi người, sẵn sàng chi tiêu tiền bạc cho người mà họ yêu.

- Nếu ngón Trỏ ngắn thì hay có tánh ganh tị, thường không bị thuyết phục bởi người khác.

Ngón Trỏ phải ngay thẳng. Nếu ngón trỏ cong về hướng ngón giữa thì người này thiếu tự tin, ích kỷ, thiếu thận trọng.

Nếu lóng tay chót của ngón Trỏ dài nhất thì người này rất cuồng tín hoặc thích tư tưởng triết học.

- Nếu lóng tay giữa của ngón Trỏ dài nhất thì người này rất thực tiễn, thích những gì năng động để tiếp cận với cuộc đời.

Nếu lóng tay cuối (nền) của ngón Trỏ dài nhất thì người này rất quan tâm về triết học và tôn giáo. Nhiều khi rất cuồng tín, thân chủ coi nhà thờ hay chùa chiền còn hơn nhà của mình, đó là tâm điểm cuộc đời của thân chủ.

So sánh ngón Trỏ với ngón Áp út/ ngón đeo nhẫn

- Nếu ngón Trỏ ngắn hơn ngón Áp út: thân chủ có kỹ năng giao tiếp. Thân chủ thường kiên nhẫn làm một việc gì mà họ đã lên kế hoạch. Họ là người thành công.

- Nếu ngón Trỏ dài hơn ngón Áp út: thân chủ rất tự tin, rất bình tỉnh trước mọi biến cố. Có óc phân tích, trước khi quyết định làm việc gì, người này luôn luôn phân tích, suy đoán kết quả có thể xảy ra.

- Nếu ngón Trỏ và ngón Áp út dài bằng nhau: thân chủ rất

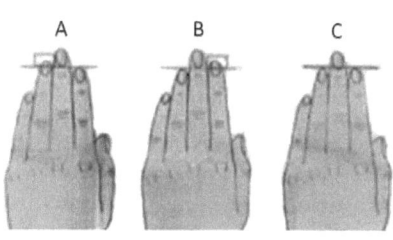

A Ngón trỏ ngắn hơn ngón áp út
B Ngón trỏ dài hơn ngón áp út
C Ngón trỏ bằng ngón áp út

khôn ngoan, ổn định tình cảm, sống thực tế, ít mạo hiểm, thân chủ là người bạn tốt luôn luôn giúp đỡ người khác. Người này trung thành, chung thuỷ trong tình bạn, tình yêu.

3) Ngón Giữa (Middle finger)
Ngón Giữa có liên hệ đến trách nhiệm, bổn phận, có ý thức chung. Ngón giữa là dấu hiệu của định mạng của thân chủ. Ngón giữa dài nhất đối với 4 ngón kia.

- Nếu ngón Giữa dài hơn, tròn trịa hơn, ngay thẳng hơn thì ý chỉ thân chủ có định mạng tốt, có kết quả thành công trong nghề nghiệp, giàu có, hôn nhân hạnh phúc, sức khỏe tốt vào tuổi trung niên.
- Nếu ngón Giữa quá dài so với các ngón khác thì thân chủ sẽ có hạnh phúc nhất cho chính họ, họ sẽ ít cần tiếp xúc với người khác.
- Nếu ngón Giữa rất ngắn so với các ngón khác, có thể dài bằng các ngón kia thì ý chỉ thân chủ thiếu kiên nhẫn trong công việc, thiếu trách nhiệm và bổn phận đối với người khác, thân chủ có thể bị say đắm trong tình yêu nên có thể gặp rắc rối.

Thông thường thì hầu hết mọi người đều có các ngón giữa không dài quá cũng như không ngắn quá.
Ngón Giữa thường phải ngay thẳng. Nhưng nếu nó cong về hướng ngón trỏ thì thân chủ thường có mặc cảm tự ty, thường lo lắng và đánh giá thấp về mình.

- Nếu ngón Giữa cong về phía ngón áp út thì người này rất cần sự giúp đỡ và sự khuyến khích của nhiều người khác.
- Nếu ngón Giữa bám sát ngón Áp út khi bàn tay mở ra thì người này rất quan tâm về nghệ thuật, rất đam mê trong lãnh vực sáng tạo.
- Nếu ngón Giữa bám sát ngón Trỏ thì đó là dấu hiệu cho biết thân chủ sẽ có địa vị ảnh hưởng lớn trong nghề nghiệp.

4) Ngón Áp út (Ring finger)

Ngón Áp út còn gọi là ngón đeo nhẫn là biểu tượng của sự gắn bó với người yêu và gia đình, ngón này đại diện cho cái đẹp, óc sáng tạo.

Ngón Áp út thường cao tới khoảng giữa móng tay của ngón giữa, có chiều dài khoảng bằng ngón trỏ. Nếu ngón áp út dài hơn thì người này sẽ có khiếu thẩm mỹ và sáng tạo. Còn nếu ngón áp út thật dài (gần như bằng ngón giữa) thì người này có tánh gan dạ, liều lĩnh, sẵn sàng nhận lấy những trường hợp có nhiều rủi ro mà người khác không dám nhận. Người này cũng thích chơi cờ bạc để đương đầu với may rủi.

Thường thường thì ngón Áp út thẳng đứng. Nếu nó cong về hướng ngón Giữa thì ý chỉ người này có tài năng sáng tạo nhưng bị bỏ qua một bên, ít ai chú ý đến kỹ năng sáng tạo của họ. Thành thử người này không sống bằng nghề sáng tác mà họ đi làm nghề nào khác hơn.

- Nếu ngón Áp út cong về hướng ngón Út thì điều này chứng tỏ người này có khuynh hướng tự đánh giá thấp về khả năng sáng tạo của mình.
- Nếu ngón Áp út dựa vào ngón Giữa thì ý chỉ thân chủ rất có trách nhiệm về gia đình.
- Nếu ngón Áp út dựa vào ngón Út (Little finger) thì ý chỉ thân chủ rất quan tâm đến các con cái của họ.
- Nếu ngón Áp út dài bằng ngón Giữa thì đây là dấu hiệu chỉ thân chủ thích chơi cờ bạc: đánh bài (card playing), cá ngựa (horse racing), chơi cổ phiếu (stock), địa ốc (real estate), chơi đánh đề, họ thích tìm cảm giác thắng và thua.
- Nếu ngón Áp út cong về hướng ngón Út thì chứng tỏ người này hay tự đánh giá thấp về khả năng sáng tạo của mình.
- Nếu ngón Áp út có chiều dài tương đối hơn thì ý chỉ thân chủ có kế hoạch độc lập trong công việc, thân chủ thực hiện từng bước để hoàn thành công việc của mình. Thân chủ có

tình cảm lãng mạn trong yêu đương.

- Nếu ngón Áp út ngắn hơn thì thân chủ thích đời sống cá
nhân của mình, thích cuộc sống ổn định, không thích làm
công việc gì ngoài tầm tay của mình, không có tính mạo hiểm.
Trong tình yêu, họ rất thực tế vì vậy tình yêu lứa đôi của họ
rất bình yên; tài sản của họ cũng không thay đổi nhiều, rất
ổn định.

Thường thường thì các lóng tay của ngón Áp út có bề dài
bằng nhau. Người có ngón áp út đều đặn như vậy thì hưởng
thụ được các điều tốt lành, và làm việc trong một hoàn cảnh
như ý.

- Nếu lóng tay thứ nhất của ngón Áp út dài hơn hai lóng tay
kia thì ý chỉ người này có nhiều lý tưởng, thường biểu lộ khả
năng sáng tạo.
- Nếu lóng thứ hai của ngón Áp út dài hơn các lóng khác của
ngón Áp út thì người này có năng khiếu bẩm sinh và thường
vận dụng các năng khiếu này trong nghề nghiệp của mình.
- Nếu lóng tay thứ ba (nền, base phalange) dài hơn các lóng
khác: ý chỉ người này tiếp cận nhiều về vật chất và không
mấy lưu tâm đến các sinh hoạt văn hoá và thẩm mỹ. Khi thân
chủ thành công về tiền tài thì họ thích tiêu xài xa hoa, mua
đồ vật đắc tiền để chưng bày, phô trương cho người khác
thán phục.

5)   Ngón Út (Little finger)

Ngón Út biểu tượng cho con cái và thế hệ trẻ hơn. Nếu ngón
út cong thì đây là dấu hiệu có các con cái không thành công,
thân chủ luôn lo lắng về con cái thay vì hãnh diện về chúng
nó. Thêm vào đó, ngón Út còn biểu tượng cho trí tuệ, tài
hùng biện và mỹ thuật. Theo kinh nghiệm, nhiều thân chủ
thành công đều có ngón Út dài hơn đốt ngón tay đầu tiên
(first knuckle line) của ngón Áp úp. Các thân chủ có ngón Út
dài, thẳng, tròn trịa thường có khả năng tuyệt vời trong việc

làm và có kỹ năng giao tế xã hội rất tốt.

Thường thì chiều dài trung bình của ngón Út cao ngang bằng phía dưới lóng thứ nhất của ngón giữa. Còn nếu ngón Út quá ngắn thì chỉ rõ những cảm xúc của người này chưa trưởng thành, việc này được biểu lộ qua nhiều cách khác nhau. Thường là các biểu lộ về các vấn đề liên hệ nam nữ, và vấn đề tình dục.

- Nếu ngón Út có chiều dài vừa phải thì đây là ý chỉ dấu hiệu cho biết thân chủ có năng khiếu hùng biện, thành công trong nghề nghiệp, thường gặp may mắn, có sức khỏe tốt khi tuổi về già.
- Nếu có ngón Út có chiều dài tương đối ngắn thì ý chỉ thân chủ có tánh thẳng thắn, thành thật. Trong công việc, thân chủ không thích làm lòng vòng, không có chủ đích, nhờ vậy thân chủ có một tài sản ổn định. Họ cũng yêu đương thành thật và sâu đậm, không dùng đầu môi chót lưỡi mà chỉ nghĩ thành thật về người mình yêu.

Điều quan trọng là ngón Út phải thẳng, đây là dấu hiệu của thành thật. Khi ngón út cong hay quẹo thì biểu lộ người này có bản tánh không thành thật. Nếu bạn gặp ai có ngón Út cong hay quẹo như thế này thì hãy cẩn thận trong việc giao tiếp thương mãi.

Ít khi thấy 3 lóng tay của ngón Út có chiều dài bằng nhau:

- Nếu lóng tay đầu của ngón Út dài nhất thì người này giỏi về diễn tả lời nói, họ thường sống bằng nghề sử dụng lời nói, thí dụ như giáo sư, ca sĩ, người bán hàng.
- Nếu lóng tay đầu của ngón Út ngắn thì người này rất khó diễn tả về mình, họ có tánh e thẹn.
- Lóng tay giữa của ngón Út thường nhỏ. Nếu lóng tay giữa của ngón út lớn thì người này dễ dàng diễn tả ý tưởng của

mình bằng lời nói cũng như văn tự. Thường thì các nhà văn chuyên nghiệp đều có đặc tính của lóng tay này.

- Lóng tay thứ ba (nền, base phalange) có liên hệ đến tiền bạc, thương mãi. Nếu lóng tay này bự thì cho biết người này thích tiền và lợi nhuận nên sẵn sàng uốn cong sự thật để đạt tư lợi.

- Nếu ngón Út uốn cong về hướng ngón áp út thì điều này chỉ cho biết người này sẵn sàng bỏ các ước muốn của mình để giúp người khác. Chúng ta thường thấy trên bàn tay của các vị hành nghề y tế: bác sĩ, dược sĩ, nha sĩ, y tá... và xã hội.

II. Các móng tay

Móng tay (finger nails) thay đổi tuỳ người, móng tay thường thay đổi theo hình dáng của ngón tay.

Móng tay lý tưởng nhất là có bề rộng và chiều dài trung bình. Người có móng tay hình dáng như vầy thì có sức khỏe tốt, thành thật, tự tin.

Người có móng tay dài thì hay cảm xúc và nhạy cảm. Họ thích những hoạt động sáng tạo.

Nếu móng tay dài và hẹp thì người này có khuynh hướng ích kỷ và luôn luôn thích làm việc gì theo ý mình, móng tay hẹp thường chỉ người có tinh thần hẹp hòi.

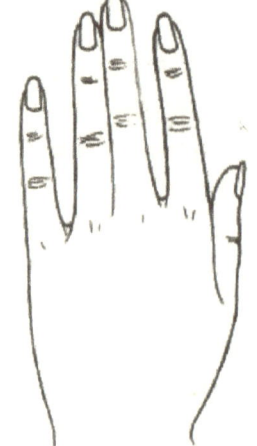

Người có móng tay ngắn thường làm việc cực nhọc và có thể bị căng thẳng thần kinh. Họ ít kiên nhẫn và thường hay bị phê bình.

Nếu móng tay ngắn và hẹp so sánh với đầu ngón tay (finger tip) thì người này ăn tiêu tằn tiện, và sống thanh đạm. Họ tự hào về sự cần kiệm của mình.

Nếu móng tay có những chấm trắng (white dots) thì đó là hậu quả của sự căng thẳng thần kinh và lo âu của thân chủ, cũng có thể thân chủ thiếu calcium (calcium deficiency).

Màu sắc của móng tay cũng cho biết sức khỏe của thân chủ:

- Móng tay lý tưởng nhất là có màu hơi hồng (pinkish).
- Móng tay màu đỏ thì ý chỉ người này thường trở nên bị kích động dễ dàng.
- Móng tay trở thành màu trắng thì thân chủ thiếu máu.
- Móng tay nhuốm màu vàng thì thân chủ có bệnh gan.
- Móng tay nhuốm màu xanh thì thân chủ có bệnh về tuần hoàn.
- Nếu móng tay có màu hơi xanh thì người này có tánh khí lạnh lùng và không thân thiện.

Hình dáng của móng tay

Theo khoa xem chỉ tay, hình dáng của móng tay (the shape of fingernail) cho biết cá tánh của thân chủ.

1) Móng tay hình chữ nhật dài thẳng đứng (Vertical long fingernails)

Nếu thân chủ có móng tay dài hình chữ nhật thẳng đứng thì họ là người lãng mạn, thường chú ý vào chi tiết, giàu tưởng tượng, có óc sáng tạo, dễ bị ảnh hưởng của hoàn cảnh xung quanh, hay tin người. Do đó, thân chủ hãy cẩn thận trong giao tế vì có thể bị người khác âm mưu lừa gạt tiền bạc.

2) Móng tay hình chữ nhật ngắn rộng nằm (Broad side ways fingernails)

Nếu thân chủ có móng tay rộng hơn như hình chữ nhật ngắn rộng nằm thì ý chỉ thân chủ thích lý luận với người khác. Người này nóng tánh cho nên cần kiên nhẫn để kiểm soát tánh nóng nảy này. Thân chủ có tính cởi mở nên có nhiều bạn bè.

3) Móng tay hình tròn (Round) **và hình quả trứng** (Egg-shaped fingernails) Nếu thân chủ có móng tay hình tròn hoặc hình quả trứng/ bầu dục (Egg /Oval-shaped) thì dễ dàng thích ứng với hoàn cảnh, sống thoải mái. Họ thường là người đầu tiên nói:

Hình dáng các móng tay

1. Hình chữ nhật dài thẳng đứng
2. Hình chữ nhật ngắn rộng nằm
3. Hình tròn   4. Hình quả trứng   5. Hình vuông
6. Hình tam giác thẳng đứng   7. Hình tam giác ngược
8. Hình quả hạnh nhân   9. Hình lưỡi kiếm

"đồng ý" với mọi cuộc tranh luận xung quanh họ. Thân chủ dễ dàng thích ứng với hoàn cảnh giúp họ có một đời sống ổn định, an bình.

4) Móng tay hình vuông (Squarish fingernails)
Nếu thân chủ có móng tay hình vuông thì họ rất can đảm (very brave), rất cứng đầu (strong-minded) để bảo vệ quan điểm của mình, tinh thần tỉnh táo (sober-minded).
Thường thường chỉ có phái Nam mới có hình dáng móng tay hình vuông. Vì có tinh thần tỉnh táo, cứng rắn nên thân chủ không linh động, không uyển chuyển, vì vậy thân chủ cần phải bớt cứng rắn hơn để dễ kết bạn.

5) Móng tay hình tam giác thẳng đứng (Triangular fingernails) và hình tam giác ngược (Inverted Triangle fingernails)
Nếu thân chủ có móng tay hình tam giác thẳng đứng thì thường có nhiều sáng kiến (new ideas), chú ý vào những chi

tiết và thường không lưu ý đến ý kiến người khác.

Nếu thân chủ có móng tay hình tam giác ngược thì thân chủ có tinh thần cứng rắn. Nhưng nếu đó là tam giác đều (Equilateral Triangle fingernails) thì người này rất nhạy cảm.

6) Móng tay hình quả hạnh nhân (Almond-shaped fingernails)
Nếu thân chủ có móng tay hình dáng như quả hạnh nhân thì là người thành thật, trung thành, dồi dào tưởng tượng, tánh tình tử tế, thân thiện. Nhưng khi bị áp lực của công việc thường ít chịu đựng nổi nên có thể hại sức khỏe.

7) Móng tay hình lưỡi kiếm (Sword-shaped fingernails)
Nếu thân chủ có móng tay hình lưỡi kiếm thì thân chủ có nhiều tham vọng: khi đã có một chủ đích rõ ràng thì thân chủ sẽ biến ý tưởng thành hiện thực và không do dự làm điều này ngay cả khi gặp khó khăn.

Thân chủ có thể thiếu tinh thần đồng đội (lacking of the team spirit) và thường mất kiên nhẫn nên khó làm việc chung với người cùng đội ngũ. Cho nên để thành công, thân chủ cần phải tìm cách hòa đồng, hợp tác với các bạn đồng đội để có mối liên hệ tốt.

Chương 8

Các dấu vân tay xoắn ốc

Dấu vân tay (finger print) của mỗi cá nhân bắt đầu tạo hình từ vài tháng đầu tiên của đời người khi còn ở trong bụng mẹ, và sau đó không bao giờ thay đổi cho đến khi chết. Các dấu vân tay này thì riêng biệt cho mỗi cá nhân, không có ai giống ai, cho nên người ta đã phân chia ra nhiều mẫu loại dấu vân tay với mục đích để nhận dạng một người (personal identification), để nghiên cứu về y học (medical research), và phân tích về bàn tay (hand analysis).

Người đầu tiên khám phá việc áp dụng của các dấu vân tay là Bác sĩ Henry Faulds (Anh, 1843 – 1930). Ông đã nghiên cứu và phát triển hệ thống nhận dạng các dấu vân tay từ năm 1880 đến 1892. Bác Sĩ Henry Faulds đã khám phá ra rằng các dấu vân tay xoắn ốc ở đầu 4 ngón tay và ở đầu ngón tay Cái có thể dùng để nhận dạng một người nào đó. Sau đó, vào năm 1892, Ngài Francis Galton (Anh, 1822 – 1911), nhà khoa học nổi tiếng của nước Anh, đã chứng minh rằng không có dấu vân tay nào giống dấu vân tay nào. Rồi thì việc phân tích dấu vân tay đã trở thành phương pháp chính trong việc nhận dạng một người trong ngành hình luật khắp cả Âu châu và Bắc Mỹ, rồi đến các nước khác trên thế giới. Trước đây, khi làm căn cước chánh quyền của nhiều nước cũng bắt lăn dấu vân tay. Khi tìm tội phạm: ăn trộm, ăn cướp, giết người, các điều tra viên cũng tìm dấu vân tay để lại tại hiện trường. Bởi vậy nên các kẻ tội phạm thường dùng bao tay khi làm chuyện phi pháp. Nói tóm, dấu vân tay được coi tuyệt đối là không thể sai lầm (infallible) và có thể thực hành (feasible) trong việc nhận dạng cho tới khi có sự ra đời của DNA (DeoxyriboNucleic Acid) về nhận dạng. Vào thập niên 1980, với sự tiến bộ của khoa học, các nhà khoa học và hình pháp học đã được cho phép sử dụng DNA như là một phương cách để nhận dạng một cá nhân trong những hệ thống nhận dạng tội phạm (law enforcement criminal identification systems) khắp thế giới. Cách này rất phổ biến trong ngành Phạm tội học (Criminology).

I. Ba mẫu chính của dấu vân tay

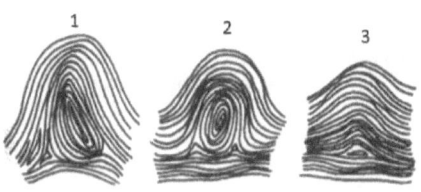

3 mẫu chính của các dấu vân tay

1. Dấu vân tay hình dòng nước (Loop)
2. Dấu vân tay hình chim đại bàng (Whorl)
3. Dấu vân tay hình ngọn núi (Arch)

Các dấu vân tay có thể phân chia làm 3 mẫu chính (Three major patterns of fingerprint):

- Dấu vân tay hình dòng nước (Loops)
Các đường vân xoắn ốc xuôi về một hướng như dòng nước chảy. Có khoảng 60 %.
- Dấu vân tay hình chim đại bàng (Whorls)
Các đường vân tay xoắn ốc gồm những vòng tròn đồng tâm lan rộng ra tương tự như con mắt của con chim đại bàng. Có khoảng 30%.
- Dấu vân tay hình ngọn núi (Arch)
Các đường vân tay xếp chồng lên nhau trông giống như ngọn núi. Có khoảng 10 %.

1. Các dấu vân tay hình dòng nước (Loops)
Những thân chủ có vân tay hình dòng nước thường dễ thích

ứng với mọi hoàn cảnh, họ dễ hoà nhập với người khác.

Vân tay hình dòng nước ở ngón Trỏ thì biểu hiện thân chủ thích ứng với hoàn cảnh, cẩn thận, thường hay suy tư.

Nếu ở ngón Giữa thì cho biết thân chủ không có giữ một ý tưởng nào cố định về một vấn đề gì, thân chủ sẽ đổi ý tuỳ theo lý luận của người khác.

Nếu ở ngón Áp út thì cho biết thân chủ thích các điều đẹp đẽ, cuồng nhiệt.

Nếu ở ngón Út thì chỉ rõ thân chủ có thể lĩnh hội điều gì một cách nhanh chóng và dễ dàng; thân chủ có sở trường về diễn đạt lời nói một việc đúng lúc.

Nếu ở ngón Cái thì ý chỉ thân chủ là nhà ngoại giao khéo léo có thể thuyết phục mọi người theo đường lối của mình.

2. Dấu vân tay hình chim đại bàng (Whorls)

Thân chủ có v ân tay hình chim đại bàng ở ngón tay là người ng riêng biệt, thường có tính năng động nên thường đạt   .
Họ thích phân tích các vấn đề một khi gặp, và không thích vội vả quyết định việc gì.

Vân tay hình chim đại bàng ở ngón Trỏ thì cho biết người này có nhiều tham vọng và quyết tâm đi đến chỗ thành công. Người này sẽ tận dụng các ý tưởng ban đầu và không chính thống của mình, và có thể trở nên thành công mỹ mãn. Người này cần phải tìm cho mình một hướng đi rõ rệt, đôi khi người này cảm thấy khó khăn trong việc tìm một con đường thích hợp cho cuộc đời của mình.

Nếu ở ngón Giữa thì chỉ rõ người này thích phân tích sự việc. Người này thích nhìn sự việc một cách chi tiết, và không dễ dàng chịu ảnh hưởng các ý kiến của người khác.

Nếu ở ngón Áp út thì chỉ rõ người này có óc sáng tạo mạnh mẽ, có sự tiếp cận khác thường với người khác một cách rõ ràng. Mặc dầu người này cố tình đưa ra quan điểm gây "sốc" cho người khác, nhưng trong thâm tâm người này luôn giữ những quan niệm cấp tiến qua các điều mà người ấy đã học hỏi bằng kinh nghiệm. Chúng ta thường thấy dấu vân tay hình đại bàng ở ngón Áp út.

Nếu ở ngón Út thì ý chỉ cho biết người này thật tuyệt vời trong công việc thuyết minh các ý tưởng của mình và các quan niệm cố hữu của mình. Người này không thích khám phá những tiêu đề khác.

Nếu ở ngón Cái thì ý chỉ dấu hiệu khiến thân chủ có rất nhiều tham vọng. Người này sẽ chuẩn bị làm việc một cách kiên trì để đạt thành công cho mục đích của mình.

3. Dấu vân tay hình ngọn núi (Arch)
Dấu vân tay hình ngọn núi chỉ rõ người này cẩn thận, đáng tin cậy. Người này rất thực dụng luôn chuẩn bị làm việc chăm chỉ và lâu dài nếu nhu cầu đòi hỏi. Họ rất kiên trì và thích đạt đường lối của mình.

Nếu dấu vân tay hình ngọn núi ở trên ngón Trỏ thì chỉ rõ người này thích có quyền lực cho lợi ích của mình, họ cố bảo vệ quyền lực nếu cần thiết để thành công.
Nếu ở ngón Giữa thì chỉ rõ thân chủ không thích nói về chính người ấy. Họ rất thận trọng khi thảo luận về các ước muốn và triết lý sống của họ.

Nếu ở ngón Áp út thì chỉ rõ năng khiếu thực dụng, thân chủ chỉ muốn làm gì được lợi ích thiết thực. Những người này có sở thích về khoa học và kỹ thuật.
Nếu ở ngón Út thì chỉ rõ thân chủ rất kín đáo và bí mật nhất là các việc có liên hệ đến nghề nghiệp của họ.
Nếu ở ngón Cái thì ý chỉ rõ người này thực dụng và nhạy cảm, thường hay buồn tẻ trong việc tiếp cận với đời sống bên

ngoài vì hay nghi ngờ người khác.

II. Các dấu vân tay phụ
Ngoài ra còn có thêm nhiều loại dấu tay có hình thể khác trong bàn tay. Chúng tôi xin kể hai loại trong số đó:

1. Dấu vân tay hình cái lều (Tented Arches)
Loại này có hình như lều trại và có các đỉnh nhọn, ý chỉ thân chủ hay lo lắng và bị căng thẳng tinh thần.

2. Dấu vân tay Tri-Radius
Gồm có ba tam giác nhỏ được tạo bởi các đường vân có những chiều khác nhau và tụ hội lại một điểm giữa.
Dấu vân tay Tri-Radius thường thấy ở trên các gò và ở dưới các ngón tay. Ý chỉ rõ người này có tiềm năng về tâm linh.

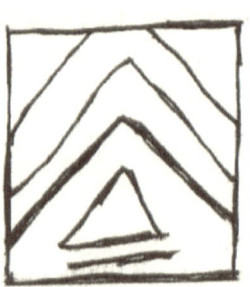

Dấu vân tay hình cái lều

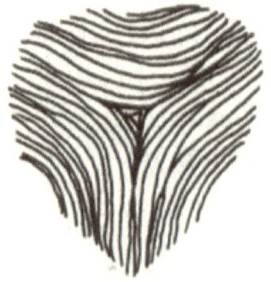

Dấu vân tay Tri-Radius

Chương 9

Các dấu hiệu đặc biệt trên các gò và trên các đường chỉ tay

Bàn tay của một số thân chủ có nhiều đường chỉ nhỏ chạy chằng chịt, điều này chỉ rõ thân chủ đang ở trạng thái căng thẳng thần kinh, đang lo âu. Trong khi đó, bàn tay của một số thân chủ khác thì chỉ có vài đường chỉ, có khi rất đơn giản: chỉ có 3 đường chỉ chính. Điều này chỉ rõ thân chủ này không lo âu, cuộc sống thanh thản, hạnh phúc.

Tuy nhiên, có nhiều dấu đặc biệt trong lòng bàn tay đã được các nhà nghiên cứu xem chỉ tay nhận ra và giải thích nó theo kinh nghiệm của họ. Thí dụ như hình tứ giác, hình chữ nhật, hình vuông, hình bình hành, hình tam giác, hình lưới, dấu X, ngôi sao, cù lao, chuỗi, gạch chéo, đường chỉ đứt khoảng.

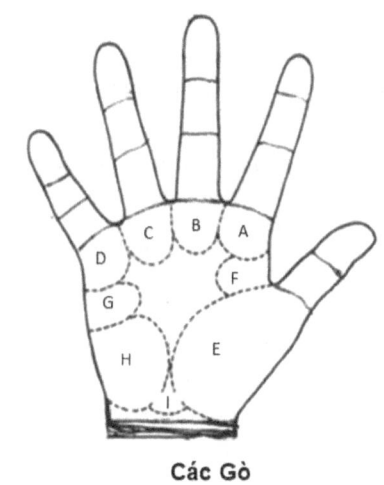

Các Gò

A Gò Mộc tinh	B Gò Thổ tinh	C Gò Thái dương
D Gò Thuỷ tinh	E Gò Kim tinh	F Gò Hỏa tinh dương
G Gò Hỏa tinh âm	H Gò Thái âm	I Gò Đồng Hỏa tinh

Thường thì các dấu hiệu nhỏ có thể xuất hiện nhanh chóng,

85

và cũng biến mất nhanh chóng. Thí dụ như khi thân chủ âu lo, căng thẳng thần kinh thì người này có thể thấy vài dấu hiệu nhỏ hiện lên bàn tay. Tuy nhiên, sau đó cuộc sống ổn định thì các dấu hiệu này sẽ mờ dần dần và biến mất.

1. Hình tứ giác (Square)

Hình tứ giác có thể là hình chữ nhật, hình vuông, hình bình hành. . . Đây là dấu hiệu của sự bảo vệ, trấn an.

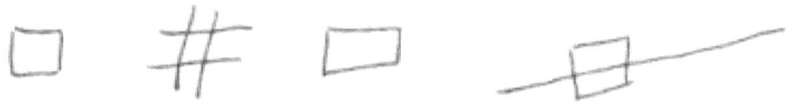

Hình tứ giác

A. Nếu hình tứ giác ở trên các gò (mounts)

- Gò Mộc tinh (Jupiter): bảo vệ sự liêm chính và những tham vọng.
- Gò Thổ tinh (Saturn): bảo vệ những vấn đề về tài chánh.
- Gò Thái dương (Sun, Apollo): bảo vệ uy tín.
- Gò Thuỷ tinh (Mercury): bảo vệ sự căng thẳng tinh thần.
- Gò Thái âm (Luna/ Moon): bảo vệ lúc đi du lịch.
- Gò Hoả tinh dương (Inner Mars/ Lower Mars): bảo vệ cho những nghề nghiệp nguy hiểm.
- Gò Hoả tinh âm (Outer Mars/ Upper Mars): bảo vệ sự mất bình tỉnh và tổn hại cơ thể.
- Gò Kim tinh (Venus): bảo vệ khỏi mối tình tan vỡ.

B. Nếu hình tứ giác ở trên các đường chỉ

- Đường Tâm đạo: vượt qua được sự căng thẳng của thất tình.
- Đường Trí đạo: vượt qua được sự căng thẳng của thần kinh.
- Đường Sanh đạo: vượt qua những cơn bịnh, vượt qua những

tai nạn hiểm nghèo.
- Đường Định mạng: vượt qua những đe dọa của bệnh hoạn, và sức khỏe.
- Đường Thái dương: vượt qua khỏi cuộc tấn công uy tín.
- Đường Thuỷ tinh / Sức khỏe: vượt qua khỏi cơn bịnh hiểm nghèo.
- Đường Hôn nhân: vượt qua khỏi những rắc rối trong hôn nhân.

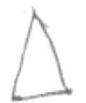 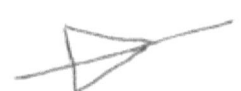 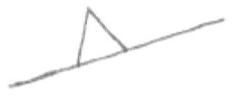

Hình tam giác

2. Hình Tam giác (Triangle)
Hình tam giác là dấu hiệu tốt thường chỉ rõ người này sẽ thành công trong các nghiệp vụ khoa học hay sáng tạo.

A. Nếu hình tam giác xuất hiện ở trên
- Gò Mộc tinh: có khả năng tổ chức về ngoại giao.
- Gò Thổ tinh: có khả năng nghiên cứu, phân tích.
- Gò Thái dương: có khả năng quản trị tài chánh một cách khôn ngoan và danh tiếng.
- Gò Thuỷ tinh: có khả năng làm thương mại, du thuyết, gây ảnh hưởng đến người khác.
- Gò Thái âm: có khả năng đạt thành công trong lãnh vực khoa học và nghệ thuật.
- Gò Hoả tinh dương: có khả năng giữ bình tĩnh và can đảm trước nguy nan.
- Gò Hoả tinh âm: có khả năng tổ chức cuộc đối kháng trước những áp bức.
- Gò Kim tinh: đây là dấu hiệu cho biết người này kết hôn vì tiền và cuộc hôn nhân sẽ thành công.

B. Nếu hình tam giác xuất hiện ở trên

- Đường Tâm đạo: có khả năng áp dụng các giải pháp thông minh đối với các rắc rối về tình cảm.
- Đường Trí đạo: có khả năng trau dồi trí tuệ.
- Đường Sanh đạo: có cách cư xử thông minh và khéo léo.
- Đường Định mạng: có khả năng giải quyết những rắc rối về tiền bạc.
- Đường Thái dương: có khả năng giải quyết những rắc rối về uy tín.
- Đường Thuỷ tinh/ Sức khỏe: có khả năng giải quyết những rắc rối về bệnh tật.
- Đường Trực giác (line of Intuition): có khả năng giải quyết các rắc rối bằng trực giác kinh nghiệm.
- Đường Hôn nhân: có khả năng giải quyết những rắc rối trong hôn nhân.

3. Hình lưới (Grid)

Hình lưới

Nếu hình lưới xuất hiện ở trên:
- Gò Mộc tinh: bản chất độc đoán, vị kỷ.
- Gò Thổ tinh: bị bệnh tật nội tâm, thiếu tập trung tư tưởng.
- Gò Thái dương: có thái độ vô lương tâm.
- Gò Thủy tinh: không thành thật.
- Gò Thái âm: căng thẳng thần kinh.
- Gò Hoả tinh dương: có thói quen tìm kiếm những việc rắc rối.
- Gò Hoả tinh âm: tính nóng nảy.
- Gò Kim tinh: chỉ rõ niềm đam mê tình dục của thân chủ, thiếu khả năng kiểm soát các đam mê này.

4. Dấu chéo (Cross)

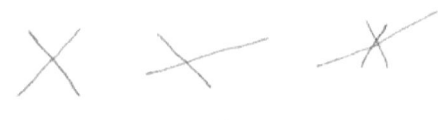

Hình dấu chéo

A. Nếu dấu chéo ở trên

- Gò Mộc tinh: dấu chéo là nơi gặp nhau của hai đường chỉ nhỏ, đây là dấu hiệu liên hệ với hai người yêu nhau thường là một cuộc tình mới, có thể đi đến hôn nhân một cách lãng mạn.
- Gò Thổ tinh: có thể bị hãm hại đưa đến cái chết vì bạo lực.
- Gò Thái dương: bị mất danh tiếng, bị mất uy tín.
- Gò Thuỷ tinh: bị lừa lọc làm vướng vào trách nhiệm pháp lý.
- Gò Thái âm: gặp tai nạn du lịch hiểm nghèo.
- Gò Hỏa tinh dương: có thể bị nguy cơ tử vong do bạo lực gây hấn.
- Gò Kim tinh: gặp trở ngại hôn nhân lúc ban đầu nhưng vượt qua, tình yêu có thể đi đến hôn nhân thành thật.

B. Nếu dấu chéo ở trên

- Đường Tâm đạo: sẽ trải nghiệm đau khổ.
- Đường Trí đạo: tự lừa dối mình, không thành thật với chính mình.
- Đường Sanh đạo: sẽ trải nghiệm một thời kỳ khó khăn.
- Đường Định mạng: nếu dấu chéo cắt đường Định mạng trong khu tứ giác (quadrangle) thì đây là dấu hiệu của sự thành công tuyệt đỉnh sau khi đã làm việc cực nhọc và vượt qua nhiều khó khăn.
- Đường Thái dương: gặp mối đe dọa về danh tiếng hay giàu sang.
- Đường Thủy tinh/ Sức khỏe: Nếu dấu chéo gặp đường Thuỷ tinh/ Sức khỏe thì người này phải chú ý đến sức khỏe thể chất của mình. Cần phải kiểm tra sức khỏe bằng những thử nghiệm y khoa; chú trọng vào sự ăn uống và tập thể dục. Với cách săn sóc sức khỏe như thế này thì dấu chéo sẽ biến mất dần.
- Đường Trực giác: gặp sự nguy hiểm vì sự hiểu lầm trầm

trọng.

- Đường Hôn nhân: bị từ hôn, bị đổ vỡ trong hôn nhân.

- Vòng cổ tay (Bracettes/ Rascettes): sống trong cảnh gian khổ thời niên thiếu.

5. Ngôi sao (star)

Nói khác, ngôi sao sẽ làm tăng ảnh hưởng của sự thành công trên một số gò. Còn nếu ngôi sao ở các phần khác của bàn tay, thí dụ ở trên chỉ tay, thì đôi khi chỉ sự trở ngại, người này không thể kiểm soát được việc gì sẽ xảy ra.

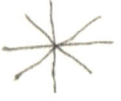

Ngôi sao

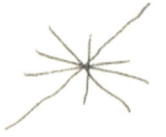

Ngôi sao ở trên 1 đường chỉ

A. Nếu ngôi sao ở trên các gò

- Gò Mộc tinh: gia tăng sự may mắn.

- Gò Thổ tinh: gặp bi kịch về vật chất.

- Gò Thái dương: gặp nhiều bạn bè có uy tín.

- Gò Thuỷ tinh: thành công trong các thử thách về tinh thần.

- Gò Thái âm: có thể gặp tai nạn nguy hiểm.

- Gò Hoả tinh dương: gặp bạo hành.

- Gò Hoả tinh âm: thân chủ không dễ dàng chịu nghe theo người chỉ huy, hay cải lý lẽ.

- Gò Kim tinh: thành công trong các cuộc tình lãng mạn.

B. Nếu ngôi sao ở trên các đường chỉ

- Đường Tâm đạo: hạnh phúc trong tình yêu.

- Đường Trí đạo: cẩn thận coi chừng bị thương tích ở đầu, cẩn thận khi đi sông ngòi, biển cả.

- Đường Sanh đạo: có thể gặp tai nạn.

- Đường Định mạng: có thể gặp nguy hiểm.

- Đường Thái dương: gặp vận may và thành công.

- Đường Thuỷ tinh/ Sức khỏe: có thể gặp biến chứng khi sanh con.

- Đường Trực giác: sống trong thế giới mơ mộng.
- Đường Hôn nhân: thanh thản, bình yên trong hôn nhân.
- Vòng cổ tay: tiền bạc sẽ đến và giàu có, hạnh phúc trong tuổi già.

6. Cù lao (Island)

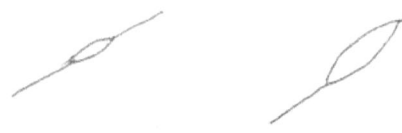

Cù lao ở trên đường chỉ

- Đường Tâm đạo: cù lao thường thấy ở trên đường Tâm đạo, chỉ rõ giai đoạn đau khổ, thất tình.
- Đường Trí đạo: tinh thần căng thẳng, thường hay nhức đầu.
- Đường Sanh đạo: chỉ rõ giai đoạn bị bịnh hoặc tai nạn.
- Đường Định mạng: gặp rắc rối về tiền bạc.
- Đường Thái dương: gặp tai tiếng, và tổn thất tài chánh.
- Đường Thuỷ tinh hay đường Sức khỏe: có thể có bịnh nội thương.
- Đường Trực giác: có khuynh hướng hay tưởng tượng.
- Đường Hôn nhân: xảy ra cuộc ngoại tình đầy đau khổ.
- Vòng cườm tay: có khuyết tật cần được khắc phục, chữa trị.

7. Vòng tròn (Circle)

Ít khi thấy một vòng tròn hoàn hảo trên lòng bàn tay. Khi có vòng tròn xuất hiện thì đây là dấu hiệu tiêu cực: không tốt.

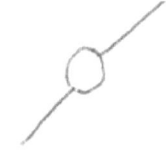

Vòng tròn

Tuy nhiên, nếu vòng tròn ở trên gò Thái dương (Sun/ Apollo) thì đó là dấu hiệu chỉ sự thành công và được danh tiếng.

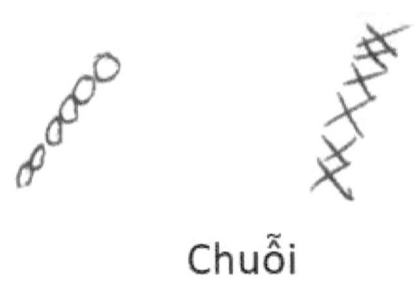

8. Chuỗi (Chain)

Chuỗi gồm nhiều hạt nhỏ nối kết nhau thành sâu chuỗi, hoặc là những dấu X kết nối nhau như mắc xích. Dấu hiệu này cho biết có nhiều giai đoạn rắc rối liên tiếp với nhau.

Chuỗi

Nếu một chuỗi xuất hiện trên đường chỉ

- Đường Tâm đạo: chứng tỏ giai đoạn bất ổn về cảm xúc, đau khổ vì tình yêu.
- Đường Trí đạo: tinh thần bị trầm cảm (depression), căng thẳng (stress), không ổn định.
- Đường Sanh đạo: bị bịnh hoạn, có thể bị bịnh thần kinh.
- Đường Định mạng: giai đoạn khó khăn, không ổn định, không bình yên.
- Đường Thái dương: bị ám ảnh vì những bắt buộc theo đuổi những việc làm mà thân chủ không mong muốn.
- Đường Thuỷ tinh/ Sức khỏe: Đường hô hấp có vấn đề.
- Đường Trực giác: theo đuổi chuyện gì một cách điên cuồng.
- Đường Hôn nhân: gặp rắc rối trong cuộc hôn nhân.
- Vòng Cổ tay: có những việc rắc rối nhỏ mà thân chủ có thể giải quyết được.

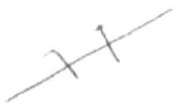

Hai gạch cắt đường chỉ

9. Hai gạch cắt đường chỉ (Cross Bars)

Khoảng thời gian ở giữa hai đường chỉ nhỏ cắt đường chỉ lớn chỉ giai đoạn gặp trở ngại.

Nếu hai gạch cắt đường chỉ

- Đường Tâm đạo: tình cảm bị gây một ấn tượng khó chịu.
- Đường Trí đạo: chứng nhức đầu một bên (migraines), có thể bị mất trí.
- Đường Sanh đạo: chỉ giai đoạn bị trầm cảm (depression).
- Đường Định mạng: có thể bị người khác tống tiền bạc và

làm hại sức khỏe.

- Đường Thái dương: bị kẻ tthù làm hại danh tiếng và uy tín.
- Đường Thuỷ tinh/ Sức khỏe: giai đoạn đang bị bịnh.
- Đường Trực giác: hay nghi ngờ vô căn cứ.
- Đường Hôn nhân: bị người yêu từ hôn, phản đối cuộc hôn nhân.

10. Đường chỉ bị đứt khoảng

Dấu hiệu này chỉ sự gián đoạn sự việc đang suôn sẻ. Khi qua giai đoạn đó thì công việc sẽ trở lại bình thường với sự thay đổi mới. Nếu chỗ bị đứt có chồng lên

Đường chỉ bị đứt khoảng

nhau (overlaps) thì là dấu hiệu tốt: biểu lộ thân chủ sẽ vượt qua mọi trở ngại và có thể tiếp tục tiến về phía trước.
Nếu đường chỉ bị đứt khoảng là

- Đường Tâm đạo: gặp rắc rối, cãi nhau với người yêu hay người bạn thân, sự giao hảo bị cắt đứt.
- Đường Trí đạo: tinh thần căng thẳng, bị nhức đầu, bị thương ở đầu.
- Đường Sanh đạo: bị cô lập.
- Đường Định mạng: cuộc sống bị biến động.
- Đường Thái dương: thất bại trong việc kinh doanh.
- Đường Thuỷ tinh/Sức khỏe: có thể bị bịnh gan.
- Đường Trực giác: trực giác bị gián đoạn, có thể gây ra bịnh hay quên.
- Đường Hôn nhân: ly thân, có thể đi đến ly dị.

11. Dấu Chấm lớn (dots) và dấu Chấm nhỏ (spots) trên các đường chỉ

A. Dấu chấm ở trên gò

- Nếu ở trên gò Thuỷ tinh ý chỉ cuộc hôn nhân bị tan rã.
- Nếu ở trên gò Kim tinh: ý chỉ thân chủ kết hôn lúc còn rất trẻ và thân chủ hưởng lạc thú tình dục rất sớm. Nếu thấy có tỉnh mạch xanh (blue veins) ở gần dấu chấm thì ý chỉ thân

chủ có thể bị bịnh hoa liễu.

B. Dấu chấm ở trên đường chỉ là dấu hiệu có sự tắc nghẹn một sức lực (blockage of energy).
Nếu ở trên đường Tâm đạo thì chỉ sự tổn thương trong tình yêu.
Nếu ở trên đường Trí đạo thì ý chỉ giai đoạn gặp khủng hoảng tinh thần, có thể bị tai nạn và bị thương tích ở đầu.
Nếu ở trên đường Sanh đạo thì ý chỉ thân chủ bị bệnh về thể xác, và có thể bị tai nạn bất ngờ trong cuộc đời.

Nếu ở trên đường Định mạng thì ý chỉ nghề nghiệp của thân chủ gặp rắc rối, thân chủ phải duyệt lại nghề nghiệp của mình để tìm một hướng đi mới.
Nếu ở trên đường Thái dương: ý chỉ kẻ thù ganh tị tiếng tăm và uy tín của thân chủ.
Nếu ở trên đường Hôn nhân: ý chỉ cuộc hôn nhân bị đổ vỡ.

Để kết luận về sự giải đoán các dấu hiệu trên bàn tay, chúng ta không thể chỉ căn cứ vào một dấu hiệu mà còn phải quan sát sự kết hợp với các yếu tố khác để đưa ra sự luận đoán của mình, có như thế sự xác xuất của sự luận đoán mới có độ chính xác cao.

Chương 10

Nốt ruồi trên bàn tay

Nốt ruồi (mole) là những đốm xuất hiện trên da của con người có màu sắc khác nhau: màu đen, hoặc nâu, hoặc đỏ, hoặc hồng [còn gọi là nốt ruồi son (lipstick mole)]. Nốt ruồi có cỡ khác nhau, có hình dáng khác nhau. Nốt ruồi có hình tròn hay hình bầu dục thường nhô cao lên khỏi da, có khi phẳng và láng trên làn da thường gọi là tàn nhang.

Nốt ruồi có thể mọc ở bất cứ nơi nào trên cơ thể. Nhiều nốt ruồi đã xuất hiện sau khi đứa bé sanh ra đời. Trung bình có thể có từ 10 đến 40 nốt ruồi trên cơ thể một người bình thường. Thông thường nốt ruồi không có hại gì cho người có nó. Có nốt ruồi xuất hiện làm tăng vẻ đẹp cho phụ nữ; thí dụ nốt ruồi ở môi trên, nhưng cũng có những nốt ruồi không bình thường có thể có triệu chứng gây bệnh ung thư, thân chủ cần được Bác sĩ gia đình giới thiệu đến Bác sĩ da liễu (Dermatologist) để khám nghiệm. Còn những nốt ruồi làm mất vẻ đẹp, mất sự hấp dẫn, hoặc không tốt theo nhân tướng học, thí dụ: nút ruồi ở sau cổ, nút ruồi ở má trên mặt . . . thì đương sự có thể đến Thẩm mỹ viện để nhờ chuyên viên thẩm mỹ hoặc nhờ Bác sĩ da liễu phá nốt ruồi này (to remove this mole).

Các nhà nhân tướng học đã giải thích ý nghĩa của nốt ruồi tùy theo vị trí của nó trên cơ thể. Họ cũng đưa ra nhiều định luật về sự xuất hiện của các nốt ruồi. Thí dụ 1: Như người có nốt ruồi bên trái ở trên mặt thì sẽ có nốt ruồi bên phải ở sau lưng. Thí dụ 2: Nếu thân chủ có nốt ruồi lộ liễu trên mặt thì thân chủ sẽ có nốt ruồi ở chỗ kín của thân chủ (client's genitalia). Nốt ruồi có thể xuất hiện bất cứ nơi nào xung quanh vùng của bộ phận ấy, có khi có nút ruồi son làm tăng vẻ quyến rũ. Nốt ruồi này ý chỉ thân chủ sẽ có cuộc sống tình dục tuyệt vời (client will have a great sex life), nốt ruồi này còn ý chỉ thân chủ có khuynh hướng ngoại tình hoặc chỉ lừa dối người tình chút ít (client has a tendency toward extramarital affairs or just cheating in general). Tuy nhiên, nốt ruồi này còn có ý chỉ rằng đôi khi thân chủ có khuynh hướng bị mất ham muốn tình dục, mặc dầu người này có đầy nghệ thuật chăn gối (a mole down there can also mean that client have a tendency to lose client's libido at times, despite being great at sex). Trong chương này, chúng ta sẽ tìm hiểu ý nghĩa của các nốt ruồi trên bàn tay (the significance of moles on the hand).

Chúng ta sẽ tìm hiểu:
1. Các nốt ruồi trên các ngón tay (Moles on fingers).
2. Các nốt ruồi trên lòng bàn tay (Moles on Palm) gồm có:
  - Các nốt ruồi trên các gò (Moles on Mounts).
  - Các nốt ruồi trên các đường chỉ (Moles on lines).
3. Các nốt ruồi trên mu bàn tay (Moles on the back of hand).
4. Các nốt ruồi trên cổ tay (Moles on wrist).

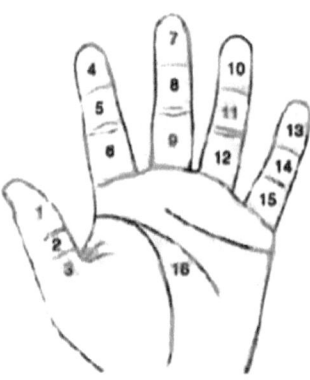

Nốt ruồi trên ngón tay

I. Nốt ruồi trên các ngón tay

   1. Ngón tay Cái: là biểu tượng của lý trí, của năng lực, và của sức mạnh.
Nốt ruồi ở ngón tay Cái ý chỉ thân chủ có số đào hoa, dễ gây sự chú ý của người khác phái. Nếu là nốt ruồi son thì thân

chủ thường gặp may mắn. Nếu là nốt ruồi đen thì người này có nhiều tình thương luôn luôn giúp đỡ người khác, thường hay sẵn sàng hy sinh cho người yêu nên có khi chịu thiệt thòi.

- Nếu nốt ruồi ở vùng 1, lóng tay thứ nhất, ý chỉ đương sự được sự che chở của cha mẹ, đương sự làm việc chăm chỉ, tạo sự vững chắc về tiền tài, có tánh quả quyết.
- Nếu nốt ruồi ở vùng 2, lóng tay thứ hai, ý chỉ đương sự chăm lo cho gia đình.
- Nếu nốt ruồi ở vùng 3, vùng nền (base) của ngón Cái, ý chỉ đương sự được nổi tiếng, có rất nhiều may mắn do người khác phái đem lại.

2. **Ngón tay Trỏ**: là biểu tượng về công danh, địa vị, tài điều khiển, lãnh đạo và uy quyền.
Nốt ruồi ở trên ngón trỏ ý chỉ đương sự được sự giúp đỡ của anh chị em ruột và người bạn gái/ bạn trai thân thiết nhất. Thân chủ thường có tánh ganh đua.
- Nếu nốt ruồi ở vùng 4, lóng tay thứ nhất, thường có hai cực đoan: hoặc rất tuân thủ luật pháp, hoặc chống đối kẻ có quyền.
-Nếu nốt ruồi ở vùng 5, lóng tay thứ hai, ý chỉ đương sự thường hay ganh đua, có tính tự phụ, muốn hơn thua với người khác.
- Nếu nốt ruồi ở vùng 6, lóng tay thứ ba, ý chỉ thân chủ có tánh ích kỷ trong tình yêu.

3. **Ngón tay Giữa**: là biểu tượng cho ý chí, những thân chủ có nốt ruồi ở ngón Giữa thường có cuộc ngoại tình ở sở làm việc. Đương sự có sự giúp đỡ của các người lớn tuổi hơn, người lớn tuổi có thể làm cố vấn cho thân chủ những hướng đi tốt để tiến thân.
- Nếu nốt ruồi ở vùng 7, lóng tay thứ nhất, ý chỉ thân chủ là công dân tốt, hạnh kiểm tốt, luôn tuân thủ pháp luật.
- Nếu nốt ruồi ở vùng 8, lóng tay thứ hai, ý chỉ thân chủ có

tinh thần trách nhiệm cao, và có mối quan hệ rất tốt trong việc giao tế nhân sự.

- Nếu nốt ruồi ở vùng 9, lóng tay thứ ba, ý chỉ thân chủ rất thực tế. Nếu là phụ nữ thì thích cuộc sống vật chất sung túc hơn tất cả các thứ khác.

4. Ngón Áp út: là biểu tượng cho tài năng riêng của bản thân.

Nốt ruồi ở trên ngón Áp út/ngón Đeo nhẫn ý chỉ thân chủ lãng mạn, có thể có cuộc tình mà thân chủ không mong đợi.

- Nếu nốt ruồi ở vùng 10, lóng tay thứ nhất, ý chỉ thân chủ có khả năng nghệ thuật.

- Nếu nốt ruồi ở vùng 11, lóng tay thứ hai, ý chỉ đương sự sẽ được nổi tiếng lẫy lừng.

- Nếu nốt ruồi ở vùng 12, lóng tay thứ ba, ý chỉ đương sự lãng mạn, dồi dào tình cảm hơn là lý trí.

5. Ngón Út: biểu hiện cho việc giao tế, du lịch, thương mại, tượng trưng cho thế hệ thứ hai. Ý chỉ đương sự có con cháu hiếu thảo khi đương sự trở về già.

- Nếu nốt ruồi ở vùng 13, lóng tay thứ nhất, ý chỉ thân chủ rất hài lòng vì được nhiều người quan tâm đến mình.

- Nếu nốt ruồi ở vùng 14, lóng tay thứ hai, ý chỉ thân chủ thích thực hành khả năng sẵn có của mình, thân chủ có tài quản trị và luôn luôn lên kế hoạch cho mọi việc để thực thi cho có hiệu quả.

- Nếu nốt ruồi ở vùng 15, lóng tay thứ ba, ý chỉ thân chủ có tài năng làm các công việc khảo cứu.

6. Nốt ruồi ở trên kẻ hai ngón tay: ý chỉ thân chủ có mối giao tiếp tốt với mọi người, thân chủ có khả năng làm ra tiền rất nhanh nhưng cũng chi tiêu rất nhanh.

II. Nốt ruồi ở trên lòng bàn tay

Nốt ruồi xuất hiện ở trên lòng bàn tay, vùng 16, chứng tỏ thân chủ là người có nhiều suy tư và tính toán cẩn thận. Họ có thể làm Kỹ sư, Thẩm phán, Kế toán viên bởi vì họ luôn suy nghĩ cẩn thận nên ít gặp phải sai lầm; họ không thích có tình cảm lãng mạn mà họ chỉ là người thuần lý trí.

Theo truyền thuyết xa xưa, một nốt ruồi xuất hiện trên lòng bàn tay biểu thị một lời hứa ở kiếp trước: hai người yêu nhau ở tiền kiếp đã thề và hứa rằng họ muốn mối tình này được tiếp tục qua kiếp sau. Để tìm sự liên hệ của họ, họ sẽ lấy nốt ruồi trên lòng bàn tay như là vật kỷ niệm trong kiếp sau. Nếu chúng ta thấy một nốt ruồi trên lòng bàn tay phải của một người có sự ăn khớp với nốt ruồi ở trên lòng bàn tay trái của người kia thì hai người này là hai người đã yêu nhau, và đã thề non hẹn biển trong kiếp trước.

Lòng bàn tay gồm có các gò và các đường chỉ tay. Chúng ta sẽ lần lượt tìm hiểu ý nghĩa của nốt ruồi ở trên các gò và ở trên các đường chỉ.

A. Nốt ruồi trên các gò

- Gò Mộc tinh: ý chỉ thân chủ tự lập thân, gánh vác mọi việc trong gia đình hay trong đoàn thể.
- Gò Thổ tinh: ý chỉ thân chủ có chuyện lo buồn.
- Gò Thái dương: ý chỉ thân chủ gặp người hiền hoặc công việc bất ngờ có ảnh hưởng đến công danh sự nghiệp, thân chủ có thể gặp rắc rối trong gia đình.

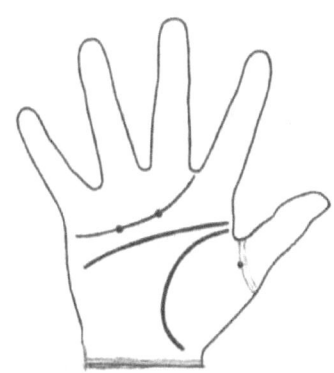

Nốt ruồi ở trên đường Tâm đạo & Chuỗi Gia đình / đường Sao Hỏa

- Gò Thuỷ tinh: thân chủ không hợp ý với người hùn hạp làm ăn, có rắc rối trên thương trường; thân chủ có thể bị trì hoãn trong việc tìm người bạn tình để kết hôn.
- Gò Kim tinh: ý chỉ thân chủ gặp rắc rối về tình cảm. Cuộc

đời của thân chủ sẽ phát khởi lên sau khi sanh đứa con đầu lòng.

B. Nốt ruồi trên các chỉ tay

- Nếu nốt ruồi ở trên đường Định mạng: ý chỉ thân chủ gặp rắc rối trong nghề nghiệp ở thời điểm có sự xuất hiện của nốt ruồi.

- Nếu nốt ruồi ở trên đường Thái dương: ý chỉ thân chủ kém may mắn, tiêu hao tài sản rất nhiều vào thời điểm nốt ruồi xuất hiện.

- Nếu nốt ruồi ở trên đường Sức khỏe: ý chỉ sức khỏe thân chủ bị yếu kém.

- Nếu nốt ruồi ở trên Chuỗi Gia đình/đường Sao Hỏa (Family Chain/line of Mars): thể hiện bản tánh nhút nhát (timid nature) của thân chủ.

III. Nốt ruồi trên mu bàn tay

- Nếu nốt ruồi ở khoảng giữa mu bàn tay: ý chỉ thân chủ có cuộc đời giàu sang, thân chủ có khả năng cao để quản trị tiền bạc, và nắm trong tay kinh tế gia đình trong đời sống hôn nhân.

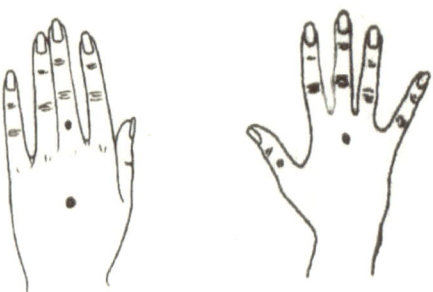

Nốt ruồi trên mu bàn tay

- Nếu mu bàn tay có nhiều thịt, trái với gầy thấy xương, và nốt ruồi có hình dáng rõ ràng, đẹp thì ý chỉ thân chủ có nhiều tài năng và sẽ có cơ hội may mắn tiến thân trong công việc nhất là vào những năm lớn tuổi. Nếu nốt ruồi có hình dáng mờ, không rõ ràng, thì ý chỉ thân chủ có nhiều tranh chấp và xung đột với các thành viên trong gia đình về tài sản và địa vị khiến thân chủ bị căng thẳng tinh thần.

IV. Nốt ruồi trên cổ tay

Nốt ruồi ở trên cổ tay chỉ về quá khứ hơn là tương lai.

Nốt ruồi này ý chỉ thân chủ là người thông minh, hoạt bát, có mưu trí, có nhiều nghị lực, làm ra nhiều tiền, sự nghiệp công danh mau phát triển. Thân chủ có khiếu về nghệ thuật: có thể là nhà văn, nhà thơ, hoạ sĩ.

- Nếu nốt ruồi trên Cổ tay bên trong (Inner Wrist), cùng bên với lòng bàn tay, ý chỉ thân chủ khôn ngoan, chu đáo, và mạnh dạn đối mặt và giải quyết khó khăn.
- Nếu nốt ruồi trên Cổ tay bên ngoài (Outer Wrist), cùng bên với mu bàn tay, ý chỉ thân chủ rất cẩn thận, có trách nhiệm, giữ lời hứa khi kết hôn: thân chủ luôn luôn chăm sóc người bạn đời và gia đình của họ suốt đời.

Chương 11

Sức khỏe, tiền tài, tình yêu, tình dục, hạnh phúc và thành công

Mọi người đều muốn được khỏe mạnh, giàu có, tình yêu sâu đậm, hạnh phúc và thành công. Do đó, như là một người xem chỉ tay, chúng ta thường được thân chủ hỏi về các đề tài này nhiều hơn những chuyện khác.

Thân chủ thường hỏi về 5 câu hỏi chính như sau:
1. Tôi sẽ sống dai?
2. Tôi sẽ giàu sang?
3. Tôi sẽ có một mối tình sâu đậm và dài lâu?
4. Đời tôi có hạnh phúc không?
5. Tôi sẽ thành công trong cuộc đời?
Để trả lời các câu hỏi này chúng ta sẽ xem xét kỹ lưỡng các đường chỉ tay của thân chủ.

I. Sức khỏe

Sức khỏe (health) là một tài sản rất quý báu vì vậy ai cũng lo lắng về sức khỏe của mình. Thân chủ ưu tư về sanh mệnh của mình, họ có sống trường thọ không, họ có bị bệnh, bị tai nạn hiểm nghèo không?

Sức khỏe bao gồm sức khỏe vật lý (physical health) và sức khỏe tinh thần (emotional health). Sức khỏe vật lý ảnh hưởng đến sức khỏe tinh thần, và ngược lại.

Về sức khỏe tinh thần, chúng ta coi đường Tâm đạo có suôn sẻ không? Rồi coi gò Kim tinh (mount of Venus) và các đường chỉ liên hệ đến dục tính ở trên gò Kim tinh coi có tốt không?

Rồi tiếp theo đó, xem đường Trí đạo và đường Định mạng coi có suôn sẻ hay bị trở ngại gì không? Có nhiều người không có đường Định mạng thì chúng ta chỉ chú ý vào đường Trí đạo. Về sức khỏe vật lý, chúng ta nhìn toàn thể bàn tay. Người có bàn tay rộng thì có nhiều sức lực hơn người có bàn tay nhỏ nhắn. Do đó họ có sức để vượt qua các cơn bịnh nhỏ.

Nhìn tổng quát, người có nhiều đường chỉ nhỏ trên lòng bàn tay thì tinh thần thường lo âu, nghĩ ngợi nhiều, điều này cũng tạo nên bệnh tâm thần. Còn người có ít đường chỉ nhỏ, nhiều khi chỉ có 3 đường chỉ chính (Sanh đạo, Trí đạo và Tâm đạo), hoặc có khi chỉ có 2 đường chỉ chính mà thôi. Người này ít lo nghĩ lung tung nên tâm thần bình thản, ít bịnh hoạn hơn. Rồi chúng ta chú ý đến đường Sanh đạo, nếu đường Sanh đạo không có dấu hiệu nào trên đó; gò Kim tinh (mount of Venus) no tròn, đầy sinh lực thì người này có sức khỏe tốt. Đường Sanh đạo dài, không có dấu gì trên đó thì tuổi thọ dài lâu. Tuy nhiên, có người có đường Sanh đạo ngắn mà đời sống cũng trường thọ. Khi coi chỉ tay, chúng ta không nên nói chuyện sống chết, vì như thế có thể làm rối loạn tinh thần thân chủ. Nếu thân chủ có đường Sanh đạo ngắn, chúng ta khuyên thân chủ nên ăn hiền ở lành, giúp đỡ mọi người để tự cải nghiệp xấu của mình thành nghiệp tốt.

Nếu thân chủ có đường Sức khỏe/ đường Thủy tinh (Health line/Mercury line) thì dĩ nhiên đường này phải rõ ràng và không có bất cứ dấu nào như cù lao, đứt đoạn, dấu chéo. . . Nếu thân chủ không có đường Sức khỏe thì điều này cho biết sức khỏe của thân chủ tốt.

Nếu khi khảo sát chỉ tay, chúng ta thấy thân chủ có tiềm năng bị bịnh thì nên dùng lời khuyên nhẹ nhàng: khuyên thân chủ nên đi khám Bác sĩ Y khoa, nên đi thử nghiệm, kiểm soát sức khỏe tổng quát (general medical check-up). Như là một người xem chỉ tay, chúng ta không bao giờ cho những lời khuyên hoặc đề nghị về thuốc men, về chữa trị; đây là nhiệm vụ của Bác sĩ Y khoa.

Màu sắc của bàn tay cũng quan trọng. Nếu bàn tay quá tái xanh thì người này có sức khỏe yếu kém, tuy nhiên cũng chỉ người này có tình cảm lạnh lùng trong cuộc đời họ. Ngược lại, nếu bàn tay ửng đỏ và phòng lên thì có thể huyết áp cao.

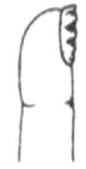 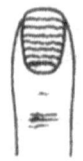 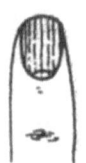

Các biểu lộ sức khỏe yếu kém trên móng tay

Dấu chéo X (crosses) trên đường Sanh đạo có thể chỉ giai đoạn bịnh hoạn hoặc gặp tai nạn. Dấu chấm (dots) cũng có ý chỉ tương tự. Dây chuyền (chain) trên đường Trí đạo ý chỉ có sự yếu kém về thần kinh.

Móng tay có thể cho biết sức khỏe của thân chủ:
- Dấu trắng như hột gạo trên móng tay cho biết thân chủ có vấn đề về sức khỏe.
- Móng tay có nhiều vết lõm xuống chạy ngang móng tay: ý chỉ thần kinh bị giao động, thiếu dinh dưỡng.
- Móng tay có lằn trắng chạy ngang nhưng không tạo thành vết lõm trên bề mặt móng tay ý chỉ có nhiều chất chua, acid trong cơ thể của thân chủ.
- Móng tay có đường trắng chạy dọc theo móng tay ý chỉ thân chủ có thể bị viêm thấp khớp. Các thân chủ lớn tuổi thường hay thấy các biểu lộ về sức khỏe yếu kém trên móng tay.
- Móng tay giòn và dễ gãy có thể ý chỉ tuyến giáp trạng suy yếu.
- Móng tay mềm ý chỉ thiếu dinh dưỡng.
Bạn nên khuyên thân chủ đến gặp Bác sĩ gia đình và Bác sĩ chuyên môn để chữa tri.
Để sống chúng ta đều phải ăn. Thực phẩm tạo năng lực cho chúng ta, nhưng khi ăn nhiều quá thì cơ thể chúng ta bị ảnh

hưởng, hệ tiêu hoá phải làm việc quá tải. Thành thử có nhiều thân chủ ăn uống rất điều độ, giới hạn, chọn lựa các thức ăn và thức uống thích hợp với sức khỏe của mình.

Ngày nay, người ta chú ý vào việc ăn uống kiêng cử hơn ngày trước. Như vậy, chúng ta ăn uống thức ăn, thức uống nào thì cơ thể của chúng ta chịu ảnh hưởng của thức ăn ấy.

Các nhà nghiên cứu xem chỉ tay đã có nhận xét rằng:

- Nếu thấy các dấu hiệu: gạch chéo, cù lao, lưới và ngôi sao ở trên các gò thì ý chỉ thân chủ có bịnh liên hệ đến thức ăn, thức uống, thiếu kiêng cử (diet deficiencies).

- Nếu thấy các dấu hiệu: hình tam giác, gạch dọc (single vertical lines), và hình tứ giác ở trên các gò thì chứng tỏ sức khỏe tốt, các thân chủ có sự kiểm soát ăn uống, kiêng cử lành mạnh (healthy diet).

Nên nhớ chúng ta nên xem cả hai bàn tay của thân chủ:

- Nếu thân chủ quen sử dụng bàn tay mặt thì những gì biểu lộ trên bàn tay mặt là những gì đang xảy ra và sẽ xảy ra trong cuộc sống, còn những gì thấy trong bàn tay trái thì chỉ những điều đã xảy ra trong quá khứ và khả năng bẩm sanh của thân chủ. Dĩ nhiên, nếu thân chủ quen sử dụng bàn tay trái thì coi ngược lại.

Một lần nữa, cũng nên nhớ rằng, đừng bao giờ kết luận cứng nhắc về sức khỏe của thân chủ khi chúng ta coi chỉ tay cho họ. Điều tốt nhất là đề nghị thân chủ nên thăm viếng Bác sĩ Y khoa để khám nghiệm sức khỏe.

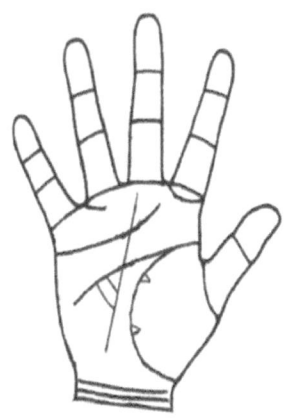

II. Tiền tài
Tiền bạc (money) là một nguồn sống của cuộc đời. Nên các thân chủ thường đặt nhiều câu hỏi liên quan

Các đường chỉ vận may tiền tài

đến tiền bạc.

Sau đây là các đường chỉ cho biết rõ ràng về tiền bạc trong lòng bàn tay:

- Tiền thừa hưởng gia tài (inherited money) thường được chỉ rõ bởi một đường chỉ nhỏ xuất phát ở giữa ngón Áp út và ngón Út, nó chạy cong quanh ngón Áp út. Đường chỉ này cho biết thân chủ sẽ hưởng gia tài nhưng không cho biết thân chủ sẽ được bao nhiêu, và cũng không cho biết thân chủ đã hay sẽ hưởng của phụ ấm.

- Tam giác xuất hiện ở phía trong đường Sanh đạo: một cạnh là một phần đường Sanh đạo, còn hai cạnh kia là hai đường chỉ nhỏ. Tam giác này ý chỉ thân chủ sẽ có một số tiền lớn nhờ may mắn, thí dụ: tiền trúng số.

- Hầu hết mọi người đều kiếm tiền là do sức làm việc của mình mà có được. Tuy nhiên, có thể có một số tiền mà thân chủ sẽ kiếm được nhiều nhờ vận may trong cuộc đời. Đó là dấu hiệu: tam giác nhỏ ở giữa lòng bàn tay, có hai cạnh gồm một phần của đường Trí đạo và một phần của đường Định mạng; còn cạnh kia là một đường chỉ nhỏ.

Chúng ta cũng phải xem xét đường Trí đạo của thân chủ để xem thân chủ có đầu óc để tính toán việc làm ra tiền ra không? Nếu đường Trí đạo đậm nét, không có dấu nào, thì chứng tỏ thân chủ là người thông minh nên thân chủ có thể dùng trí óc để làm ra tiền.

Chúng ta cũng nên lưu ý đến các hình tam giác: nếu các cạnh khép kín với nhau thì thân chủ có thể giữ được đồng tiền kiếm ra; còn nếu có cạnh mở thì đồng tiền kiếm ra giữ không được lâu. Nếu đường chỉ nhỏ, cạnh thứ ba, bị chia đôi thì thân chủ có thể gặp khó khăn về tài chánh vào thời điểm nơi bị chia đôi.

Đôi khi chúng ta thấy 2 lần dấu hiệu tiền bạc kết hợp với

nhau: có nghĩa là có hai đường chỉ nhỏ song song đều cắt đường Trí đạo và đường Định mạng tạo thành một tam giác lớn bao bên ngoài tam giác nhỏ. Đây là dấu hiệu cho biết thân chủ sẽ làm ra rất nhiều tiền: một phần do công sức thân chủ làm ra, và một phần do đầu tư đem lại lợi nhuận.

Đường Thái dương có sự liên hệ đến sự thành công nhất là có liên hệ đến vấn đề tài chánh. Tuy nhiên, có một số thân chủ không có đường Thái dương thì chúng ta sẽ chú ý vào đường Định mạng coi thân chủ có phải là người thành công về tài chánh hay không?

III. Tình yêu
Mọi người đều ước muốn yêu đương và đổi lại được yêu thương. Có nghĩa là chúng ta muốn cho tình yêu và đổi lại muốn được nhận tình yêu. Chúng ta có khả năng để yêu đương, thường thì có thể tìm và trải nghiệm hạnh phúc trong yêu đương. Nhưng để được yêu đương thì không dễ dàng. Khuynh hướng phải lòng yêu đương (tendency to fall in love) một người nào thì dễ dàng xảy ra hơn là được đối tượng yêu mình.

Tình yêu thường vượt ra ngoài những liên hệ lãng mạn, và tình yêu có nhiều ý nghĩa khác nhau đối với nhiều người khác nhau. Nhiều người thì yêu súc vật hơn là con người, nhiều người yêu tiền, yêu quyền lực hoặc yêu chính họ, hoặc có khi yêu người đồng phái.

Nhiều người chọn đời sống độc thân (celibacy) vì họ muốn hưởng tình yêu nhân loại (humanitarian love), hoặc vì một lý do khác. Lúc họ sống độc thân thì gò Kim tinh của bàn tay họ không có các đường chỉ ngang, các đường chỉ ngang này chỉ rõ ước muốn liên hệ lứa đôi của thân chủ.

Tình yêu (love) đến với mọi lứa tuổi: tuổi trẻ, tuổi già. Thời trẻ, đời sống độc thân cũng có nhiều điểm đặc biệt, có nhiều người có nhiều tình cảm yêu thương với nhiều người khác phái. Nhưng lớn lên một chút, hầu hết mọi người đều muốn tạo dựng một liên hệ yêu đương được yên bình, tha thiết và nương tựa lẫn nhau. Do đó, họ muốn tìm kiếm một người đặc biệt trong đời sống lứa đôi của họ.

Dấu X ở phía trên đường Tâm đạo

Đường Tâm đạo kết thúc bằng các đường chỉ nhỏ

Tứ giác ở trên đường Tâm đạo

Tam giác ở trên đường Tâm đạo

Để giải đoán về tình yêu của một thân chủ, chúng ta sẽ khảo sát đường Tâm đạo, gò Kim tinh, đường Hôn nhân và các đường chỉ liên hệ về tình cảm.

Mối liên hệ hôn nhân sẽ có nhiều dễ dàng hơn nếu cả hai người đều có những đường chỉ gần giống nhau, cả hai dễ dàng có khuynh hướng đồng thuận với nhau về hầu hết mọi vấn đề. Ngược lại, nếu có nhiều đường chỉ không giống nhau thì có thể có những va chạm, bất đồng ý kiến giữa hai người về nhiều vấn đề xảy ra trong cuộc sống.

Đường Tâm đạo chỉ rõ về tình cảm, cảm xúc của một người, nên tình yêu của thân chủ có khi mạnh, có khi yếu trong cuộc đời của họ. Đường Tâm đạo đậm nét, rõ ràng và dài chỉ rõ tình yêu liên hệ với hai người sẽ dài lâu, họ hưởng hạnh phúc. Ngược lại nếu có dấu như cù lao, chuỗi, đứt đoạn . . . thì có trở ngại trong tình yêu lứa đôi.

Vài dấu hiệu liên hệ đến đường Tâm đạo:
- Dấu chéo X ở phía trên đường Tâm đạo ý chỉ thân chủ thường được hạnh phúc trong tình yêu, có cuộc hôn nhân hạnh phúc.
- Đường Tâm đạo kết thúc bằng nhiều đường chỉ nhỏ như cái chổi, ý chỉ thân chủ có hạnh phúc và một tình yêu lứa đôi

hài hòa.

- Hình tứ giác ở trên đường Tâm đạo ý chỉ thân chủ vượt qua được những khủng hoảng tình cảm, làm ổn định đời sống tình cảm.

- Hình tam giác ở phía trên đường Tâm đạo, ý chỉ rõ thân chủ hạnh phúc và có những cảm xúc tốt.

- Gò Kim tinh: chỉ những động lực về tình yêu, sự ước muốn về dục tính của thân chủ. Nếu gò Kim tinh vung tốt ý chỉ thân chủ có nhiều đòi hỏi sôi động về liên hệ lứa đôi (vibrant relationship).

- Ngón Út dài, dài qua khỏi lóng tay thứ hai của ngón Áp út thì ý chỉ thân chủ có khiếu về ăn nói dễ thu hút người khác, và cũng chỉ dục tính (sex drive) rất mạnh. Ngón Út dài chứng tỏ thân chủ rất sôi động về dục tính trong tình yêu lứa đôi.

- Đường Hôn nhân (Marriage lines /Relationship lines) chỉ rõ mối liên hệ hôn nhân của thân chủ, chúng ta đã tìm hiểu về đường Hôn nhân trước đây. Có rất ít người không có đường Hôn nhân, tuy họ đã kết hôn rồi, đây là những trường hợp rất hiếm có.

IV. Tình dục

Sigmund Freud (Đức, 1856 – 1939) là nhà khai sáng môn Phân Tâm Học (the founder of Psycho-analysis). Ông đã đặt ra thuật ngữ "libido", và diễn tả libido như là một ham muốn căn bản cho tình dục (the basic desire for sex). Freud dùng thuật ngữ libido để đặc biệt diễn tả sự ham muốn tình dục (the sex drive), và còn diễn tả libido như là một ham muốn nhân tính để tạo ra người nối dõi (the human desire to create). Hầu hết mọi người khi nói về libido đều có ý nói về sự ham muốn tình dục (sex drive).

Theo Phân Tâm Học, sự ham muốn về tình dục là một bản năng hiện hữu quanh năm nơi con người, nhưng đối với nhiều loài sinh vật khác thì chúng có mùa ham muốn tình dục (a seasonal sex drive). Thí dụ: giống chó có mùa ham muốn tình dục vào tháng thứ 7 của năm.

Nhiều nhà tâm phân học nghĩ rằng "đòi hỏi căn bản tình dục" (the basic drive for sex) là hoàn toàn do thể xác, nhưng thực tế thì những điều hấp dẫn, kích thích con người còn chịu ảnh hưởng của văn hoá, xã hội, khiếu thẩm mỹ của thời đại nhất là ở vào tuổi thanh xuân.

Tuổi đời là nguyên nhân phổ biến nhất làm giảm đòi hỏi tình dục (sex drive), nhưng cũng có nhiều lý do khác như ảnh hưởng của bịnh hoạn hay bị phản ứng phụ của thuốc men. Nói tóm lại, theo Phân tâm Học, libido là một bản năng bẩm sanh mà người nào cũng có. Như vậy, theo Phân Tâm Học, sự ham muốn và đòi hỏi tình dục là yếu tố tâm sinh lý rất bình thường của con người.

Như đã trình bày ở trên, Gò Kim tinh chỉ sự ước muốn về dục tính của thân chủ. Nếu Gò Kim tinh vung tốt thì ý chỉ thân chủ có nhiều đòi hỏi sôi động về liên hệ lứa đôi. Ngón Út dài ý chỉ sự ham muốn dục tính (sex drive) rất mạnh, thân chủ cũng rất sôi động về sự ham muốn dục tính trong tình yêu lứa đôi.

Bàn tay và sở thích tình dục
Theo khoa xem chỉ tay thì thật là khó khăn để xác định sở thích về tình dục của một người căn cứ vào một hay hai hình dáng của bàn tay của người ấy, bởi vì tình dục (sexuality) là sự thể hiện con người của thân chủ có liên hệ đến cuộc sống của thân chủ. Tình dục có những nguồn gốc từ tính di truyền của con người, các

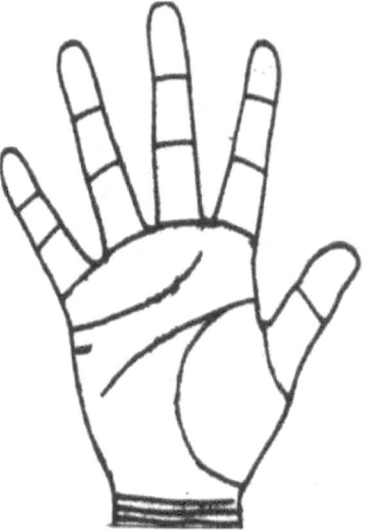

Đường Chỉ Đồng tính

điều kiện văn hoá, xã hội và sự giáo dục của người ấy, nhất

là sự liên hệ chính yếu của người ấy với mẹ và cha của họ. Mỗi quan hệ tình dục có tác động đến những khía cạnh khác nhau của con người thân chủ. Vì lý do này, nên điều quan trọng là phải coi dục tính như là một phần của toàn thể nhân cách hơn là một thành phần tách biệt khỏi cuộc sống của người ấy.

Bởi vậy nên các sách khảo cứu về khoa xem chỉ tay đều lúng túng khi tìm hiểu về khuynh hướng đồng tính luyến ái. Các sách này viết rằng bàn tay của người đồng tính luyến ái thường chỉ họ thiếu ý chí, và không ổn định về nhân cách. Bàn tay này có đường Tâm đạo bị đứt khoảng hay có cù lao hay chuỗi cù lao, chứng tỏ có vấn đề về tình cảm. Đường Trí đạo có chuỗi cù lao, chứng tỏ trí óc bị bấn loạn. Vòng đào hoa thì dài và bị đứt khoảng, chứng tỏ sự tham muốn tình dục mạnh. Các sách này cũng viết rằng một điều rất khó nếu không nói là không thể xác định sở thích tình dục từ bàn tay của thân chủ. Bởi vì người đồng tính luyến ái được tìm thấy ở mọi nền văn hoá, mọi giai cấp xã hội, mọi ngành nghề, và biểu lộ cho một loạt các đặc điểm về nhân cách và cảm xúc của con người. Ranh giới giữa đồng tính (homosexual), song tính (bisexual) thì rất mơ hồ. Như vậy, rất khó tiếp cận để xác định bàn tay có biểu hiện hướng về Nam giới, hoặc về Nữ giới (hoặc cả hai).

Tuy nhiên, trong Khoa xem chỉ tay Tàu (Chinese Palmistry), không có cuốn sách nào của Khoa xem chỉ tay Tây phương (Western Palmistry) viết điều này, đường Chỉ Đồng tính luyến ái (line of a Single Species) ở rìa bàn tay và ở dưới đường Tâm đạo chứng tỏ đương sự không bao giờ cưới hỏi theo phong tục người Tàu, tức là ý chỉ sự đồng tính luyến ái (homosexuality). Nếu có 2 hoặc nhiều đường này hơn nữa thì ý chỉ tình yêu sâu đậm của con cái, nhưng không có ý chỉ nào về ý nghĩa của tình dục.

Còn một hướng khác biểu hiện tình dục như bạo dâm (sadomasochism), loạn luân (incest) . . . thường được gây ra bởi động lực sinh lý và tâm lý ở nhiều cấp độ cũng rất khó xác định nếu chỉ bằng cách phân tích bàn tay mà thôi. Có nhiều sách cho rằng khi Gò Kim tinh (Mount of Venus) và Gò Hỏa tinh (Mount of Mars) vung đẩy thì biểu lộ cấp bực mạnh của sự thèm muốn tình dục.

Nhưng thực ra cũng không có gì chắc chắn. Xin nhắc lại một lần nữa, về phương diện ước muốn tình dục, điều quan trọng là chúng ta phải xem bàn tay như là một phần của tổng thể chứ không phải là một khuôn mẫu.

V. Hạnh phúc

Hạnh phúc (happiness) là sự hài lòng về một điều gì. Hạnh phúc giúp chúng ta thư giãn và khoan khoái. Nhưng hạnh phúc thật là khó nắm giữ. Một nhà tư tưởng Tây phương cho rằng hạnh phúc như là một trái banh, ta vừa đụng nó thì nó đã chạy đi chỗ khác.

Nhiều người cảm thấy luôn luôn hạnh phúc dầu cho bất cứ chuyện gì xảy đến trong cuộc đời người đó. Nhưng cũng có nhiều người dường như lăn lộn với khổ đau (misery). Nhiều nhà tư tưởng cho rằng không trải nghiệm khổ đau thì không hiểu thế nào là hạnh phúc.

Chúng ta có thể quan sát bàn tay của thân chủ để tìm hiểu xem thân chủ đang hạnh phúc hay khổ đau.
Để xác định về hạnh phúc, chúng ta nhìn tổng quát về bề rộng của bàn tay và đường Sanh đạo. Nếu bàn tay rộng lớn và đường Sanh đạo đậm nét thì người này sẽ có hạnh phúc.
Rồi chúng ta quan sát đường Trí đạo để xem coi người ấy có trí thông minh không. Đường Trí đạo đậm nét, không bị dấu hiệu xấu nào ở trên đó thì người này sẽ có hạnh phúc tiềm

năng bởi vì họ luôn luôn học hỏi hoàn cảnh mới và bởi vì cuộc đời là một diễn tiến của khám phá mới.

Những người luôn bị căng thẳng thì ít hạnh phúc hơn người có đầu óc thanh thản, phớt tỉnh. Do đó, người có ít đường chỉ phụ và đường chỉ nhỏ trong lòng bàn tay thì hạnh phúc hơn người có nhiều đường chỉ chạy chằng chịt trong lòng bàn tay. Nhiều đường chỉ chạy chằng chịt trong lòng bàn tay chỉ thân chủ luôn luôn nghĩ ngợi, lo âu hết chuyện này đến chuyện khác.

Chúng ta cũng nên để ý đến các dấu hiệu ở trên chỉ tay và các gò trong lòng bàn tay như hình tứ giác, hình tam giác, hình lưới . . . Dựa vào ý nghĩa và vị trí của những dấu hiệu, chúng ta có thể đoán được thân chủ có hạnh phúc nhiều hay ít. (Xem lại chương 9: Các dấu đặc biệt trên các gò và trên các đường chỉ tay trong lòng bàn tay).

Nếu cần thiết chúng ta đề nghị thân chủ phải tĩnh tâm, chấp nhận những gì đang có để tạo thêm hạnh phúc cho cuộc đời mình rồi sau đó phải tìm cách vươn lên để đạt được nhiều hạnh phúc hơn và sẽ cảm thấy hạnh phúc (feeling happiness). May mắn thay, với ý chí, chúng ta có thể thay đổi hoàn cảnh khổ đau thành hoàn cảnh hạnh phúc, tức là chúng ta có thể chuyển đổi nghiệp khổ đau thành nghiệp hạnh phúc. Sự chuyển đổi này đòi hỏi những cố gắng vượt bực và thời gian. Với sự kiên nhẫn, thân chủ sẽ được phần thưởng quý giá là hạnh phúc được đem đến tâm hồn mình.

VI. Sự thành công

Thành công (success) có nghĩa là hoàn thành được ước muốn mục đích của đời mình. Sự thành công có một ý nghĩa khác nhau đối với những người khác nhau. Có người cho rằng kiếm được nhiều tiền là thành công. Người khác thì cho rằng được nhiều người quý mến là một thành công. Nói một cách tổng quát thì một người thành công tức là một người đang làm điều gì mình thích và đang phát triển điều này (line of Destiny) và đường Thái dương (line of Sun) chỉ rõ sự thành công. Đường Định mạng rõ nét, và đường Thái dương cũng rõ nét chỉ rõ ý nghĩa của sự thành công.

Nếu ở cuối đường Định mạng và đường Thái dương có ngôi sao thì ý chỉ rõ sự thành công, có địa vị cao, nổi tiếng và đầy may mắn.
Trong lòng bàn tay, các gò vung cao cũng chỉ thân chủ sẽ đạt được nhiều thành công.

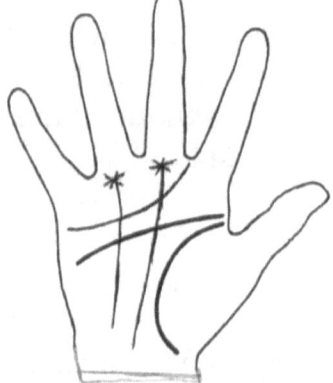

Ngôi sao ở cuối đường
Định mạng & đường Thái dương

Chương 12

Kết hợp các đường chỉ trong lòng bàn tay

Một nhà nghiên cứu Khoa xem chỉ tay Tây phương đã khuyên rằng "Keep in mind that in Palmistry, one line alone can not be used for diagnosis of conditions". (Hãy nhớ rằng trong Khoa xem chỉ tay, một đường chỉ đơn độc không thể được sử dụng để chẩn đoán mọi tình trạng).

Xem chỉ tay là một trải nghiệm thân tình giữa bạn và thân chủ. Thường thường thì trong buổi tiệc hoặc buổi gặp gỡ thân chủ, họ thường muốn coi tay cho vui (fun readings); còn các thân chủ muốn coi tay một cách cẩn thận kỹ lưỡng và đầy đủ (full length readings) chỉ khi họ có điều gì bất thường xảy ra trong cuộc sống của họ.

Khi bạn xem chỉ tay cho một người nào thì bạn thường ngồi gần họ, cầm tay của họ, và bạn nói với họ về cá tính của họ, cũng như về quá khứ, hiện tại và tương lai của họ. Mọi người thường hay có mối lo sợ mông lung khi họ đưa bàn tay cho bạn xem. Vì họ nghĩ rằng bạn có thể khám phá được những bí mật của họ khi bạn xem bàn tay của họ, họ có thể lo lắng rằng bạn sẽ tiên đoán những tai họa sẽ xảy đến cho họ. Do đó, điều quan trọng là bạn phải làm cách nào để thân chủ cảm thấy không có điều gì để lo lắng và họ sẽ bình thản trước khi đưa bàn tay cho bạn xem. Bạn có thể nói qua về Khoa xem chỉ tay để họ có ý niệm về khoa bói toán này. Bạn nên nhấn mạnh rằng đường chỉ tay của thân chủ có thể sẽ thay đổi và tương lai của thân chủ cũng tuỳ theo các đường chỉ mới này; và điều quan trọng là thân chủ phải có ý chí và nghiệp lực để tạo nên nghiệp tốt trong tương lai theo ước nguyện của họ. Trước hết, điều cần nhất là bạn phải nhấn mạnh đến điều tốt, điều tích cực (to stress the positive), và làm cho thân chủ cảm thấy điều tốt đẹp về họ và cuộc đời của họ, bạn cần phải thành thật khi trình bày các điều tích cực này. Thí dụ: khi bạn xem chỉ tay của một thân chủ vừa mới lấy chồng, thân chủ đang hưởng hạnh phúc, nhưng đường chỉ hôn nhân không tốt tức cuộc hôn nhân sẽ không kéo dài lâu thì bạn nên bỏ qua việc này, và chuyển sang coi các đường chỉ khác trong bàn tay của thân chủ. Mặc dầu bạn đã bỏ qua điều không tốt về tương lai hôn nhân của thân chủ nhưng bạn vẫn thành thật nói về những điều khác tích cực và tốt mà bạn khám phá ra. Nếu một thân chủ đến nhờ bạn xem chỉ tay vì họ đang có những rối rắm trong đời sống hôn nhân thì bạn nên cho ý kiến tư vấn và đề nghị những gì tốt đẹp mà bạn thấy trong bàn tay của họ.

Như đã nói trên, phần lớn thân chủ chỉ muốn coi chỉ tay cho vui (fun readings), cho nên bạn nên nói điều tốt, điều tích cực (positive things), và những khuyến khích, tham vấn tốt. Nếu bắt buộc thì chỉ lướt qua một hai đặc tính tiêu cực (one or two negative character traits), nhưng bạn cần khai triển các đặc tính tốt và tích cực (positive good qualities) trong lòng bàn tay của thân chủ. Bạn nên khai triển về sức khỏe, tiền tài, tình yêu và những sở thích của thân chủ; có như thế bạn sẽ khiến các thân chủ cảm thấy an tâm và hạnh phúc.

Khi coi chỉ tay một cách đầy đủ và lâu hơn (full-length readings), bạn sẽ có nhiều thời giờ hơn nên có thể tâm sự và bàn luận với thân chủ một cách cởi mở. Thân chủ có thể kể cho bạn nghe về những lo lắng, những điều quan tâm của họ, và bạn có thể đề nghị vài điều tư vấn căn cứ trên chỉ tay của thân chủ. Bạn trở thành nhà tham vấn (counsellor) tốt và bạn sẽ cung cấp cho thân chủ nhiều lời khuyên tốt (good advice) cũng như chia sẻ tâm sự của thân chủ khi bạn lắng nghe lời tâm sự của họ một cách cảm thông (sympathetic ear).

Bạn nên bắt đầu bằng cách xem ngắn gọn (brief readings), càng ngắn càng tốt, khoảng 5 đến 10 phút. Rồi sau đó với kinh nghiệm nhiều hơn, bạn có thể xem chỉ tay của thân chủ lâu hơn, chi tiết hơn, khoảng nửa giờ. Nói cách khác, để phát triển nghệ thuật coi chỉ tay của bạn thì bạn phải trải qua một thời gian thực hành, bạn phải kiên nhẫn. Để bắt đầu bạn nên quan sát các bàn tay của mọi người khi bạn có cơ hội: tại siêu thị, trên xe bus, xe điện, tại các buổi tiệc, tại ngân hàng, tại văn phòng công, tư sở v.v. Bạn cần chú ý một cách tổng quát về hình dáng của bàn tay, điệu bộ của bàn tay khi đối tượng phát biểu một điều gì. Cách này sẽ giúp bạn ôn lại những điều bạn đã học về căn bản của Khoa xem chỉ tay trong quyển sách này. Thật ra, có quá nhiều điều để ghi nhớ, chúng ta không dễ gì mà nhớ tất cả. Nếu bạn có quên thì hãy lật lại các chương sách liên hệ để ôn tập các điều căn bản của Khoa xem chỉ tay.

Xin nhắc lại, hãy nhớ rằng trong Khoa xem chỉ tay, không thể chỉ căn cứ vào một đường chỉ tay đơn độc để chẩn đoán các việc xảy ra cho thân chủ.

Sau đây là trình tự để xem bàn tay của một thân chủ:
1. Xác định hình dáng của bàn tay, các ngón tay, các móng tay.
2. Màu sắc và sự mềm dẻo của các bàn tay và các ngón tay.
3. Bàn tay mặt hay bàn tay trái được sử dụng chính. Thí dụ: thân chủ cầm bút bằng tay trái (left hand-writing) thì bàn tay trái là chính, và ngược lại.
4. Ghi nhận sự khác biệt chính yếu giữa bàn tay trái và bàn tay phải.
5. Quan sát các gò trong lòng bàn tay.
6. Khảo sát các đường chỉ chính yếu một cách riêng rẽ: đường Sanh đạo, đường Trí đạo, đường Tâm đạo.

7. Khảo sát cách các đường chỉ chính giao liên với nhau (interact).

8. Khảo sát các đường chỉ phụ: đường Định mạng, đường Thái dương, đường Hôn nhân, đường Tử tức, đường Du lịch, đường Trực giác, đường Sức khỏe, Vòng Đào hoa, đường Lasciva, Chiếc nhẫn Salomon, đường Thương người, đường Dấu tích Y tế...

9. Khảo sát các dấu đặc biệt và vị trí của các dấu này trên các gò và trên các đường chỉ nếu có: đường Chéo X, Hình Tứ giác, Hình Tam giác, Hình lưới, Hình ngôi sao, Hình Cù lao, Hình Chuỗi, 1 gạch hoặc 2 gạch cắt ngang đường chỉ, đường chỉ bị đứt đoạn.

10. Bạn cố gắng giải đoán các điểm bất thường trong lòng bàn tay của thân chủ qua trực giác kinh nghiệm của bạn. Rồi đây, trực giác kinh nghiệm của bạn sẽ được diễn bày cho thân chủ từ vô thức (unconscious) của bạn.

Tóm lại, với sự kiên nhẫn thực hành, bạn sẽ đạt được những luận đoán càng ngày càng chính xác về chỉ tay của thân chủ.

Tài liệu tham khảo chính yếu

- Altman, Nathaniel (1984), The Palmistry Workbook: Understanding the Art of Psychological hand analysis, London: Butler & Tanner Ltd.
- Altman, Nathaniel (1999), Little Giant Encyclopedia: Palmistry, New York: Sterling Publishing Co., Inc.
- Campbell, Edward D. (1996), The Encyclopedia of Palmistry, New York: The Berkley Publishing group.
- Douglas, Ray (1995), Palmistry and the Inner self, London: Blandford.
- Đoàn Văn Thông (1975), Những kinh nghiệm về khoa xem chỉ tay, USA: Đại Nam.
- Hoffman, Enid (1983), Hands: A complete Guide to Palmistry, USA: Para Research Inc.
- Jaegers, Beverly (1996), Your Career is in your hands, New York: The Berkley Publishing Group.
- Levine, Roz (1992), Palmistry: How to chart the lines of your destiny, Toronto: Simon & Schuster Inc.
- Squire, Elizabeth Daniels (1960), Fortune in your hand, New York: Fleet Publishing Corporation.
- West, Peter (1998), The complete Illustrated Guide to Palmistry, USA: Element Books Ltd.

Tiểu sử tác giả

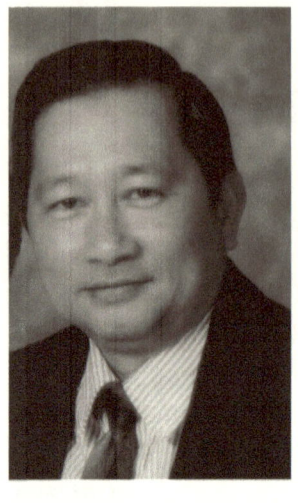

Nguyễn Vĩnh Thượng là một Giáo sư trung học đã làm việc trong nhiều lãnh vực: giáo dục, biên khảo và công chức ngành xã hội. Ông còn có bút hiệu là Nguyên Thương dành cho các bài văn thơ diễn tả tình cảm nhẹ nhàng. Ông sanh năm 1944 tại quận Cao Lãnh, tỉnh Sa Đéc, Việt Nam.

Giai đoạn ở Việt Nam
Học Vấn

- 1956 - 1963: Học sinh trường Trung học Petrus Trương Vĩnh Ký, Sài Gòn.
- 1964 - 1965: Sinh viên Phật học, Viện Cao đẳng Phật học Sài-Gòn, tiền thân của Đại Học Vạn Hạnh.
- 1967: - Cử nhân Phật học, Phân khoa Phật học và Triết học Đông phương, Viện Đại học Vạn Hạnh, Sài Gòn.
- Cử nhân Văn Khoa, Phân khoa Văn học và Khoa học nhân văn, Viện Đại học Vạn Hạnh, Sài Gòn.
- 1969: Cử nhân giáo khoa Triết học Đông phương, Trường Đại học Văn khoa, Viện Đại học Sài Gòn.
- 1970: Cử nhân giáo khoa Triết học Tây phương, Trường Đại học Văn khoa, Viện Đại học Sài Gòn.
- 1974: Chứng chỉ năm thứ ba Cử Nhân Luật Khoa - Ban Tư Pháp, Luật Khoa Đại Học Đường, Viện Đại Học Sài Gòn.
Việc làm

- 1969 - 30 tháng 4 năm 1975: Giáo sư triết học tại các trường

Trung học Cần Đước, Petrus Ký, Hồ Ngọc Cẩn, Nguyễn An Ninh và trường Sư phạm Sài Gòn.

- 1971- 1972: Chuyên viên giáo dục tại Nha Kế hoạch và Pháp chế học vụ, Bộ Văn hoá Giáo dục và Thanh niên VNCH, Sài Gòn.

- 1972 - 30 tháng 4 năm 1975: Thanh Tra tại Sở Tiểu học Sài-gòn phụ trách học vụ của 20 trường Trung Tiểu học ở Đô thành Sài Gòn, và tại Văn Phòng Phụ tá Đặc biệt Tổng Trưởng đặc trách ngành Trung Tiểu học, Bộ Văn hoá giáo dục và Thanh niên VNCH, Sài Gòn.

- Sau 30 tháng 4, 1975 - đến tháng 6, 1979: dạy toán học tại các trường Trung học Phổ thông cấp 3 Tây Sơn và Marie Curie.

Giai đoạn ở Canada
Học vấn

1987 - 1992: Diplomas in:
- Community work tại George Brown - The City College, Toronto, Ontario, Canada;
- Accounting and Canadian Personal & Corporate Taxation tại Seneca College of Applied Arts and Technology, Toronto, Canada;
- Social work tại Humber College – Institute of Technology and Advanced Learning, Toronto, Ontario, Canada.

Việc làm

- 1990 - 1992: Office manager/ Quản lý văn phòng tại Vita Income Tax Accounting and Paralegal Services, Toronto, Ontario, Canada.

- 1992 đến cuối năm 2014: Social Services Worker/ Social Assistance Caseworker (Công chức phụ trách trợ cấp phúc lợi xã hội) tại Social Services Department, Mississauga office, trực thuộc Regional Municipality of Peel, vùng Greater Toronto Area (GTA), tỉnh Ontario, Canada.

Từ cuối năm 2014 đến nay: về hưu, đọc sách, viết lách và hưởng nhàn; cộng tác với Tập san Nghiên Cứu Văn Hoá Đồng Nai - Cửu Long (USA) và các Website Thư viện Hoa Sen (USA), Hoa Vô Ưu (USA), Trang nhà Quảng Đức (Australia), Chùa A-di-đà (Australia), Hội Ái Hữu Petrus Trương Vĩnh Ký (Australia), An Phong - An Bình (Canada), Tống Phước Hiệp Vĩnh Long ...

GS Nguyễn Vĩnh Thượng được vinh danh là nhà giáo dục đã có công với nền Giáo dục Quốc gia Việt Nam trước 1975, trong Ngày Tôn Sư Trọng Đạo năm 2016 do Hội Lê Văn Duyệt Foundation tổ chức long trọng vào trưa Chúa Nhật ngày 05 tháng 6 năm 2016 tại Nam California – USA.

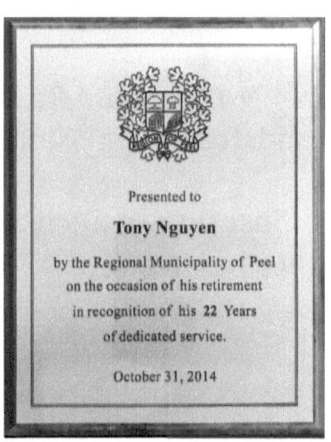

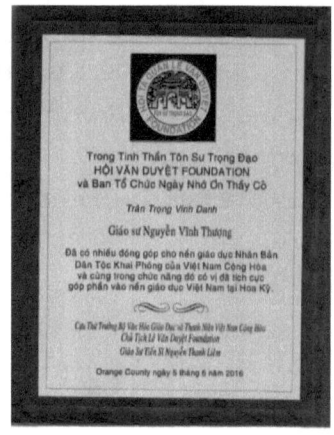

Tác phẩm
Sách

- Bộ sách giáo khoa triết học lớp 12, do Hiện Đại phát hành tại Sài Gòn, năm 1972:
- Đạo Đức học 12ABCD,   - Luận lý học 12ABCD,
- Tâm Lý học 12 AC ,   - Siêu hình học 12C.
- Bộ sách câu hỏi giáo khoa triết lớp 12, do Hiện Đại phát hành tại Sài Gòn, năm 1973:
- Câu hỏi giáo khoa Đạo đức học và Luận lý học 12 ABCD
- Câu hỏi giáo khoa Tâm lý học và Siêu hình học 12ACD.
- Bộ sách trắc nghiệm triết học lớp 12, viết chung với Bùi Văn Bình, Nguyễn Hữu Hiệp, Lê Trường Xuân, Phan Quang An, do Yiễm Yiểm xuất bản tại Sài Gòn:
- Trắc nghiệm Đạo Đức học và Luận Lý học 12B, tháng 2 năm 1975
- Trắc nghiệm Đạo Đức học, Luận lý học và Tâm lý học 12A, tháng 3 năm 1975.
- Tư Tưởng Phật giáo trong văn học thời Lý, Hiện Đại xuất bản tại Toronto, Ontario, Canada,1996. Phật Học Viện Quốc tế và NXB Văn Nghệ phát hành ở California, Hoa Kỳ. Tái bản lần thứ nhất có sửa chữa và bổ túc (https://online.fliphtml5.com/edkn/duxa/#p=1); in và phát hành tại USA bởi LuLu Press, 2020.
- Tuyển Tập Biên Khảo Nguyễn Vĩnh Thượng In và phát hành tại USA bởi Amazon, 2018.
- Bát-nhã Tâm Kinh Chú Giảng In và phát hành tại USA bởi Amazon, 2018. Tái bản lần thứ nhất: in và phát hành tại USA bởi Barnes & Noble Press, 2019.
- Triết học Phật giáo và những Luận đề In và Phát hành tại USA bởi LuLu Press, 2020.
- Tư tưởng Phật giáo trong Văn học thời Trần In và phát hành tại USA bởi LuLu Press, 2021.
- Bát-nhã Tâm Kinh Giảng luận, Toronto, Canada, 2021.
- Định mạng trong bàn tay (Sách khảo cứu), Toronto, Canada, 2022.

Bài viết

- Các Hiệp Hội Tín Dụng tại tỉnh Ontario, Canada, Toronto, 1988. (https://an-phong-an-binh.blogspot.com/2015/05/cac-hiep-hoi-tin-dung-ontario.html)
- Hệ thống tư pháp bảo trợ tại tỉnh Ontario, Canada, Toronto, 1989. (https://an-phong-an-binh.blogspot.com/2015/03/he-thong-tu-phap-bao-tro-tai-tinh.html)
- Trương Vĩnh Ký, Nhà Văn Hóa Lỗi Lạc, Toronto, 1999. (https://an-phong-an-binh.blogspot.com/2013/09/truong-vinh-ky-nha-van-hoa-loi-lac.html)
- Về một nhà giáo thời VNCH: GS TS Nguyễn Thanh Liêm, Nhà Văn Hóa Giáo Dục Nhân Bản Việt Nam, trong quyển "Kỷ Niệm về GS Nguyễn Thanh Liêm". California, 2010. (https://an-phong-an-binh.blogspot.com/2015/02/ve-mot-nha-giao-duc-thoi-vnch.html)
- Phật giáo như là một Triết học hay một Tôn giáo. Toronto, 2014. (https://an-phong-an-binh.blogspot.com/2015/02/phat-giao-nhu-la-mot-triet-hoc-hay-mot.html)
- Cuộc đời của Đức Phật Thích ca, Toronto,2015. (https://an-phong-an-binh.blogspot.com/2015/02/cuoc-oi-cua-uc-phat-thich-ca.html)
- Thầy Tạ Ký - nhà giáo, nhà thơ, Toronto, 2015. (https://an-phong-an-binh.blogspot.com/2015/06/thay-ta-ky-nha-giao-nha-tho.html).
- Thầy Trần Thành Minh - một nhà giáo tận tụy, Toronto, 2016. (https://an-phong-an-binh.blogspot.com/2016/01/thay-tran-thanh-minh-mot-nha-giao-tan.html)
- GS TS Trần Huệ, thầy tôi, Toronto, 2016. (https://an-phong-an-binh.blogspot.com/2016/09/gs-ts-tran-hue-thay-toi_19.html),
- An analysis of the Liberal-NDP Accord 1985 in Ontario, Canada, 1986. (https://an-phong-an-binh.blogspot.com/2015/03/an-analysis-on-liberal-ndp-accord-1985.html)

- A Cross-cultural Glimpse of the Vietnamese People in Canada, 1992. (https://an-phong-an-binh.blogspot.com/2015/02/a-cross-cultural-glimpse-of-vietnamese.html)

- Website: An phong-An bình, https://an-phong-an-binh.blogspot.com/

Định mạng trong bàn tay

Khoa xem chỉ tay (Palmistry) là một khoa học kinh nghiệm, căn cứ trên các chỉ tay ở trên bàn tay mà tìm hiểu về đời người. Khoa này đã có từ lâu ở Đông cũng như ở Tây phương. Đến thời Trung cổ thì khoa này đã được phát triển mạnh, và đã chiếm địa vị ưu thế vào thế kỷ thứ 19.

Năm 1900, William G. Benham (Hoa Kỳ, 1853 - 1931), đã xuất bản quyển "The Laws of Scientific Hand Reading", sách dày 661 trang gồm có rất nhiều hình bàn tay, ông đã phân tích và giảng giải cách xem bất cứ chỉ tay nào trong lòng bàn tay một cách khoa học. Quyển sách này đã được tái bản nhiều lần. Từ đó, nhiều nhà nghiên cứu chỉ tay đã nối gót ông. Nhiều nhà Tâm lý học (Psychologist) đã khám phá ra cá tính của thân chủ nhờ xem chỉ tay của họ. Nhà Tâm phân học (Psychiatrist) đầu tiên đã xuất bản quyển sách nghiên cứu về khoa xem chỉ tay trên quan điểm "Tâm phân học" vào năm 1848 là Dr. Carl Gustav Jung (Thụy sĩ, 1875 – 1961). Ông đã phân tích ý thức của một người căn cứ vào chỉ tay, và khám phá phần vô thức (unconscious) dựa vào chỉ tay của người đó.

Cuốn Định Mạng trong Bàn Tay được viết ra với mục đích cung cấp những hiểu biết căn bản về Khoa xem chỉ tay cho độc giả bình thường (general reader), cách hành văn rõ ràng, giản dị và dễ hiểu. Sau khi độc giả đã đọc hết quyển sách này từ đầu đến cuối thì độc giả có thể tự xem chỉ tay cho chính mình. Nhờ vậy, độc giả có thể hiểu sâu xa hơn về nhân cách, cá tính, tài năng, sức khỏe, tiền tài, sự thành công, tình yêu, tình dục và triết lý sống của chính mình.

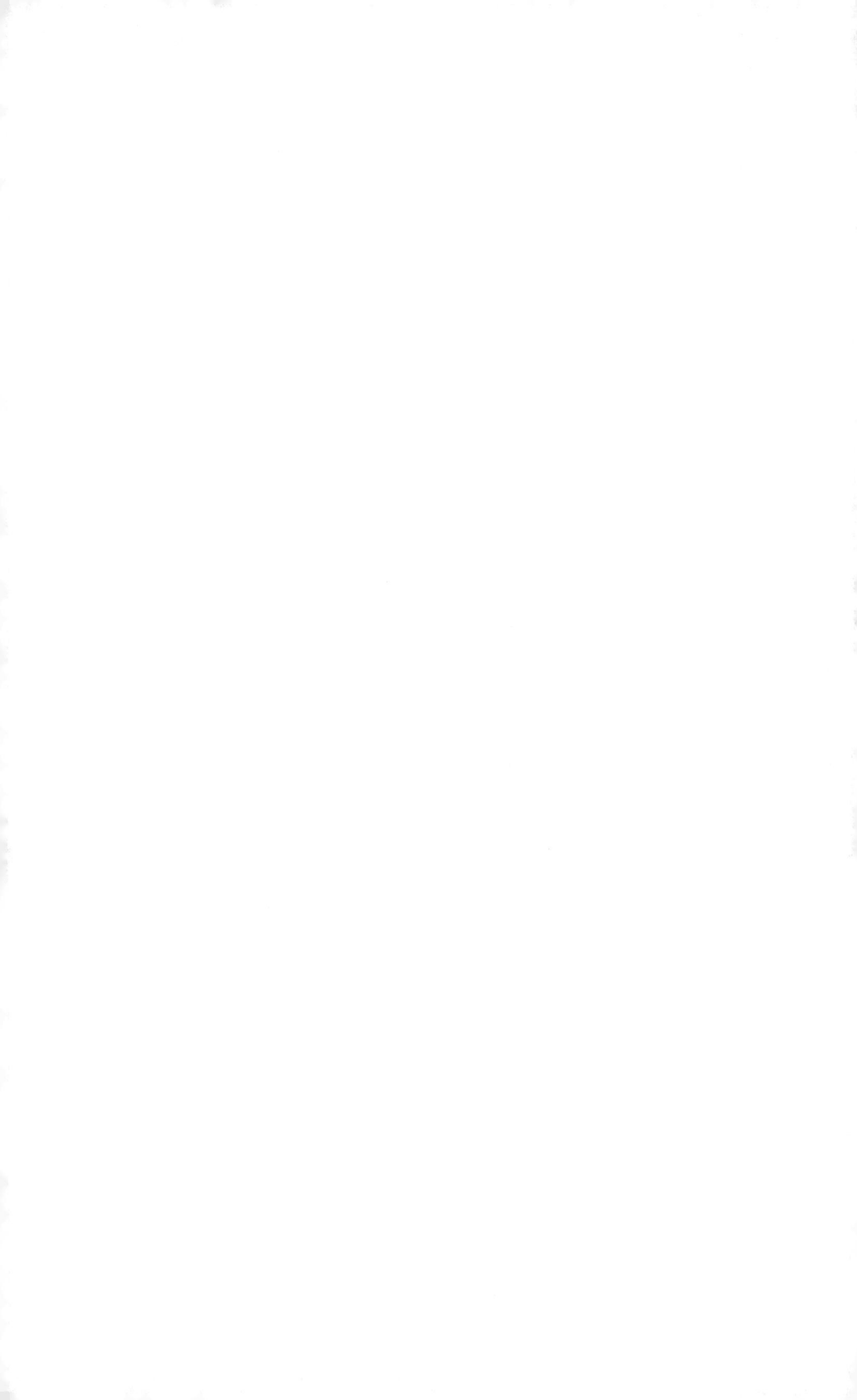